AF563258

Philippe Ngo

Quỷ Học trong Tarot – Vài Luận Đề (Demonology in Tarot – Some Essays)

NHÂN ẢNH
2021

Cover design by Uyen Nguyen Tran Triet

contact@tarothuyenbi.info

ISBN: 978-1-989993-97-2

« không chứng minh được không có nghĩa là không tồn tại. »

- Philippe Ngo

LỜI BẠT

Tập hợp những bài viết này có lẽ ra đời khá lâu trước khi được chính tác giả đóng lại thành một tập chuyên đề. Một số phần được hiệu chỉnh lại, thêm bớt cho phù hợp với yêu cầu của một tập chuyên đề. Hầu hết kiến thức trong tập tiểu luận này đều đáng giá, bởi hai lẽ: thứ nhất, đây là tập chuyên đề đầu tiên tại Việt Nam về chủ đề này, một chủ đề tương đối khó tiếp cận, chủ đề Quỷ Học; thứ hai, chủ đề này được viết lại ngắn gọn và chắc lọc, bao quát hầu hết các khái niệm cơ bản nhất về quỷ học mà không làm người đọc choáng ngợp trước lượng kiến thức trong đó. Nó tránh được một lỗi mà các sách quỷ học hay gặp phải, đó là sự tổng hợp ô hợp, không có quy cách và chồng chéo cách tiếp cận. May thay, tác giả đã làm tốt công việc này để có thể rảnh tay giới thiệu mối quan hệ với tarot một cách rõ ràng và hợp lý nhất.

Một cuốn sách rất đáng đọc cho những ai muốn đào sâu nghiên cứu về quỷ học và ma thuật.

Phùng Lâm,
nhà văn, tác giả tập truyện ngắn tâm linh Tears of Winds.

NỘI DUNG

	Lời Bạt	5
	Lời Nói Đầu	9
1	Thuyết Giao Ước – Khái Niệm Cơ Bản	17
2	Thuyết Giao Ước – Định Tính Đấng Thiêng Liêng	29
3	Thuyết Giao Ước – Nghi Lễ Thiết Lập	35
4	Thuyết Giao Ước – Triệu Gọi và Hiến Tế	43
5	Thuyết Giao Ước – Thuật Tiên Tri	51
6	Vai Trò CủaThiên Sứ, Ác Quỷ Và Linh Hồn Trong Thuật Tiên Tri	59
7	Hình Ảnh Ác Quỷ Trong Tarot	83
8	Lời Ban Phước Của Ác Quỷ	111
9	Quỷ Satan và Thuật Tiên Tri	121

LỜI NÓI ĐẦU

Phần lời nói đầu này, đáng lẽ phải do tự thân viết. Nhưng mà ngẫm tới ngẫm lui, lại chẳng biết bắt đầu từ đâu. Thôi thì nhờ một bằng hữu thân quen viết giúp cho vậy. Có điều, tôi có yêu cầu nhỏ, xin đừng viết về quỷ học, hãy viết về tiên tri. Và đây, mời bạn đọc lời nói đầu của cuốn sách này hay chương số 0 của cuốn sách: Bàn Về Thuật Tiên Tri.

Từ trong thần thoại cho đến các truyền thuyết, rồi bước ra thực tại. Đó là Cassandra trong cuộc chiến thành Troy, có đến những tiên tri (The Oracle) của đền Delphi và tiếp nối là Maria Adelaida Lenormand.

Theo thần thoại, Cassandra là con gái của Vua Priam, kẻ trị vì thành Troy. Nhưng đồng thời nàng cũng là tình nhân của Thần Apollo và được vị Thần này ban tặng khả năng tiên tri. Song khi nàng từ bỏ tình yêu với vị Thần này thì ông quay sang tặng tiếp cho nàng một món quà chia tay là lời nguyền sẽ không ai tin tưởng vào những lời tiên tri của nàng. Thực là một nỗi bất hạnh lớn lao, khi những lời tiên tri của nàng về ngày tàn của thành Troy không một ai tin tưởng cả. Số phận nghiệt ngã khiến nàng phải sống để chứng kiến lửa hiểm thâm cháy tan cả thành Troy. Mà tất chỉ là trò chơi của những vị thần, mà bản thân nàng hay Troy cũng chỉ là quân cờ trên bàn cờ số phận. Có lẽ, nàng Cassandra không có liên quan nhiều đến những phần sắp tới tôi viết bên dưới, nhưng nàng là đại diện cho nỗi lòng của những tiếng người không kẻ thấu hiểu. Bởi vì trong đời sống, có những chuyện chẳng thể trốn thoát, mà con người lại sợ hãi vờ như chẳng muốn tin.

Trở lại với dòng tiên tri phương tây, thì bên cạnh Cassandra được Thần Apollo ban tặng cho khả năng tiên tri (biết trước), mà cụ thể là bằng cách nhìn thấy được tương lai. Thì bên cạnh đó, trong truyền thuyết cũng như lịch sử cũng có đề cập đến những nữ tu Pythia của đền Delphi thờ phụng Thần Apollo. Những lời tiên tri của họ được biết đến như những lời dự ngôn của Thần. Đầy bí hiểm, đa nghĩa. Trong lịch sử, năm 480 TC hoàng đế Xeres của Ba Tư xuất quân tiến đánh Hi Lạp thì cả người của Athens, Sparta lẫn người Delphi đều tìm đến những nữ tu để xin lời tiên tri trước cơn giông tố chiến chinh sắp giáng xuống mảnh đất của họ. Những tư liệu về những lời tiên tri này rất mơ hồ và khó chứng thực :

"Chỉ có những bức tường gỗ mới đứng vững, một ơn huệ cho ngươi và con cái của ngươi… Hãy chờ đợi nhưng đừng im lặng trước những kỵ binh, những hạm đội, và những đội quân tràn ngập mặt đất đang tiến gần. Hãy đi đi. Hãy quay lưng mà chạy. Nhưng thế nào đi nữa các ngươi sẽ phải lâm trận. Ôi Salamis thần thánh, ngươi là cái chết của vô số con trai của những người mẹ, giữa mùa gieo thóc và lúc gặt lúa."

Song kết quả, thì quân Ba Tư đã thất bại dưới tay quân Hi Lạp ở Salamis, dẫn đến cuộc xâm lược của quân Ba Tư bị thất bại. Dù gì, cũng khó mà phủ nhận vai trò của các nữ tu đền Delphi trong nền văn hóa Hi Lạp cổ đại. Dù những lời tiên tri của nó khiến người ta mịt mờ như kẻ đi trong sương mù. Chốt lại ở một điểm, nguồn sức mạnh giúp họ tiên tri được đến từ Thần Apollo, song không loại trừ khả năng một vài vị nữ tu được khai tâm thụ pháp, có khả năng đặc biệt.

Từ điểm này, nảy sinh một vấn đề là nếu không thờ phụng hay nhận quà từ các vị thần, đấng siêu nhiên thì liệu chúng ta có khả năng tiên tri hay không ? Tôi tiếp tục tìm kiếm các tư liệu, sách vở; công truyền cũng như bí truyền. Thì trong một tài liệu của Mật Hội Tarot Huyền Bí có nhắc đến Marcus Tullius Cicero.

"Marcus Tullius Cicero (Thế kỷ thứ I trước CN) chia thành hai loại cơ bản: voyance và mantique (thuật ngữ tiếng Pháp, trong thuật ngữ hiện đại được gọi là Divination intuitive và Divination raisonnée). Voyance (Divination intuitive – Bói toán trực giác) là sự bói toán dựa trên sự bộc phát không giải thích được, không dựa trên một nền lý luận kiến thức nào cả và không thể giải thích được nguyên do của lời tiên tri, thông thường gắng liền với các sức mạnh siêu nhiên hoặc các vị thần mà người đó phụng sự: các bà đồng, các nhà thông linh được xếp vào nhóm này; trong các quan niệm hiện đại, nó còn được gáng cho các giá trị huyết thống. Mantique (Divination raisonnée – Bói toán lý tính) là sự bói toán dựa trên một nền kiến thức được định trước, để lý luận về sự bói toán đó, thông qua các công cụ giải tượng, có tính ly luận cao, chặc chẽ nhưng có thể gây tranh cãi. Nó được xem là một môn khoa học (hay giả khoa học theo quan niệm hiện đại) vì vậy nó dành cho tất cả mọi người và trên nguyên tắc độc lập với các giá trị huyết thống. Sự kết hợp của nó với các sức mạnh thiên nhiên có thể được duy trì hay gạt bỏ tuỳ theo quan niệm.

Trích dẫn gốc của Cicero trong “De la divination”, I, 6 : “Il y a deux sortes de divination, l’une relève d’un art qui a ses règles fixes, l’autre ne doit rien qu’à la nature. Mais quelle est la nation, quelle est la cité, dont la conduite n’a pas été influencée par les prédictions qu’autorisent l’examen des entrailles et l’interprétation raisonnée des prodiges ou celle des éclairs soudains, le vol et le cri des oiseaux, l’observation des astres, les sorts ? – ce sont là, ou peu s’en faut, les procédés de l’art divinatoire – quelle est celle que n’ont point émue les songes ou les inspirations prophétiques? – on tient pour naturelles ces manifestations. Et j’estime qu’il faut considérer la façon dont les choses ont tourné plutôt que s’attacher à la recherche d’une explication. On ne peut méconnaître en effet l’existence d’une puissance naturelle annonciatrice de l’avenir, que de longues observations soient nécessaires pour comprendre ses avertissements ou qu'elle agisse en animant d'un souffle divin quelque homme doué à cet effet. "

Vậy từ đây chúng ta có nhiều hướng để đi, nếu ta có khả năng đặc biệt; hoặc huyết thống đặc biệt; thậm chí được ban tặng từ các đấng siêu nhiên thì ta có thể sử dụng khả năng của mình một cách tự nhiên như ta nhìn, ta ngửi... Song, trường hợp chúng ta không có khả năng mạnh mẽ như thế, thì chúng ta vẫn có thể sử dụng những hệ thống bói toán được xây dựng một cách chặt chẽ, để tiến hành thôi diễn số phận. Ở hướng thứ ba, là kết hợp cả hai hướng trên.

Song, từ vấn đề này có điểm cần phải làm rõ trong việc tiên tri, đó chính là về số phận/ định mệnh/ vận mệnh. Nếu như xét về mặt nào đó, thì Fate/ Destiny; định mệnh/ số phận dường như khá tương đồng, chúng đều chú định chúng ta đều phải chết, không trừ ai. Lưỡi hái của thời gian thu gặt sinh mạng trên cánh đồng của các vị thần. Nhưng đến cả các vị thần cũng có buổi hoàng hôn của mình. Điều này hệt như trong một cuộc vui, chúng ta tham dự vào trò chơi của hy vọng. Chúng ta được chia những quân bài, có thể tốt hoặc không. Chúng ta không thể thay đổi những quân bài song có thể tìm cách để kết hợp chúng, để đạt được kết quả khả quan nhất. Và đây là lúc chúng ta nói về vận mệnh của cuộc đời mình. Fortune.

Tại sao chúng ta lại có mong muốn biết trước vận mệnh của mình. Có lẽ, do chúng ta sợ hãi trước con đường đầy sương mù nên mong tìm một điểm sáng. Hoặc là do chúng ta tham lam muốn đạt được lợi ích cao nhất từ việc biết trước. Âu cũng là lẽ thường, vì đây là nhân tính, mặt tối trong mỗi con người chúng ta.

Thời gian trường hà, sông rộng thời gian cuồn cuộn cuốn trôi bao thân phận. Ta hệt như con cá chỉ có thể xuôi dòng. Nhưng những người có khả năng đặt biệt hoặc là mượn nhờ sức mạnh nào đó, có thể nhảy lên khỏi dòng thời gian để nhìn thấy vô vàn sự kiện xảy ra trong tương lai. Trong khi đó, một số người khác lại mượn nhờ tri thức vô tận để làm đòn bẩy tự thân nhảy vượt lên, nhìn thấy đồng thời dự đoán những sự kiện diễn ra trong tương lai. Cả hai cách, khi nhảy vượt lên khỏi dòng thời gian, đều trực tiếp khuấy động mọi thứ ở hiện tại. Nên xuất hiện vô vàn biến số không thể ngờ đến trong tương lai. Vì vận mệnh vốn vô định.

Từ đông sang tây, chúng ta có nhiều hình thức để tiên tri như : chiêm mộng, vu thuật, lên đồng, kinh dịch, tử vi, tarot, rune, lenormand, oracle, …., vô vàn phương pháp bói toán, để thôi diễn dòng chảy của vận mệnh. Có phương pháp có hệ thống, có phương pháp phụ thuộc vào khả năng của người sử dụng. Tất cả nhằm mục đích biết trước vận mệnh.

Nhưng biết trước không phải để trốn tránh, để ngồi yên chờ đợi chuyện như nguyện. Mà là để từng bước tranh đấu, để khai tâm thụ pháp, để hiểu được trong bánh xe số phận, thì phiền não cũng là bồ đề. Dù chúng ta không thể thoát khỏi số mệnh nhưng khi hiểu rõ được bản chất của đau khổ (phiền não) thì chúng ta mới có thể tìm được sự tự do thực sự (bồ đề).

Phùng Lâm & Philippe Ngo

CHƯƠNG MỘT : THUYẾT GIAO ƯỚC – KHÁI NIỆM CƠ BẢN

Giao ước là gì ? Giao ước là một cam kết giữa người và đấng linh thiêng (sau đây gọi là đấng). Con người đầy rẫy những yêu cầu, đấng có thể đáp ứng những yêu cầu đó, vì vậy giao ước được hình thành. Con người lập giao ước với đấng linh thiêng, thông qua một giao ước. Trong giao ước này (truyền miệng hoặc được ghi lại) thể hiện rõ rằng một khi dấu hiệu giao ước được đưa ra, thì đấng linh thiêng cần thực hiện yêu cầu như trong giao ước. Ngược lại, con người cần phải thực hiện hiến tế để trả ơn thần linh và đảm bảo giao ước được trọn vẹn.

Đấng linh thiêng là ai ? Đấng linh thiêng là tất cả những thế lực siêu nhiên có khả năng làm những điều mà con người không làm được. Đấng linh thiêng không phải duy nhất mà là rất nhiều, và có quyền lực mạnh yếu khác nhau. Đấng linh thiêng có thể làm được nhiều việc, nhưng không phải làm được tất cả. Cùng một đấng linh thiêng, có thể có nhiều tên tùy vào tôn giáo và nền văn hóa. Không phải đấng linh thiêng nào cũng triệu gọi được. Có những đấng linh thiêng ôn hòa, cũng có những đấng khắc nghiệt. Mỗi đấng khác nhau có thể đòi hỏi sự hiến tế khác nhau. Mỗi đấng khác nhau sẽ có cách giao ước khác nhau, có dấu hiệu triệu gọi khác nhau.

Lập giao ước là gì ? Lập giao ước là hình thức xác lập một cam kết. Lập giao ước có thể được thể hiện bằng chữ (như trường hợp Kinh Cựu Ước - Giao Ước Moise), cũng có thể được thể hiện bằng miệng, hoặc cả hai. Những bản giao ước này có thể đồng thời hoặc không đồng thời là dấu hiệu giao ước (Kinh Cựu Ước là bản giao ước có giá trị như dấu hiệu giao ước; thần chú là dấu hiệu giao ước chứ không có bản giao ước thực). Giao ước có thể lập một lần duy nhất và tồn tại mãi hoặc phải lập thường xuyên (Giao ước Máu của Jesus là giao ước lập một lần; giao ước trong lễ Noel là giao ước thường xuyên).

Thời gian hiệu lực giao ước như thế nào ? Tùy vào giao ước, có những giao ước có hiệu lực mãi mãi và không có khả năng thay đổi, có những giao ước có thời gian định hạn. Có 2 trường hợp: một là người lập giao ước, hoặc thừa hưởng giao ước dựa vào một giao ước mới với đấng mới để hủy giao ước cũ với đấng cũ; tùy vào sức mạnh của 2 đấng này khác nhau ra sao mà người lập giao ước có thể bị hay không bị trừng phạt, bất cứ lúc nào người này không còn sự bảo vệ, hoặc có sự bảo vệ yếu hơn thì sẽ bị trừng phạt; hai là người lập giao ước chết mà không truyền lại giao ước cho bất kỳ ai thì giao ước đó hiển nhiên mất (hãy nhớ là chết không phải hết, nếu giao ước đó cũng hiệu lực ngay trên linh hồn thì chịu).

Dấu hiệu giao ước như thế nào ? Dấu hiệu giao ước có thể là một mật ngữ, một hình vẽ, một công cụ nào đó như gậy hay kiếm chẳng hạn. Dấu hiệu giao ước cũng có thể là một buổi lễ với một quy cách xác nhận nào đó (ví dụ như lễ thành hôn, hoặc tang lễ trong thiên chúa giáo). Dấu hiệu giao ước có thể chỉ diễn ra một lần (ví dụ như Giao ước Moise với dấu hiệu cắt bao quy đầu) hoặc diễn ra thường xuyên (ví dụ như một thần chú chẳng hạn).Một khi dấu hiệu này được xác lập thì đấng linh thiêng sẽ thực hiện theo đúng cam kết, và người được phục vụ phải thực hiện hiến tế theo đúng cam kết.

Truyền giao ước như thế nào ? Giao ước có thể được truyền lại cho người khác giống như ta nhượng lại một bản hợp đồng vậy. Có những quy tắc đặc biệt để thực hiện truyền lại giao ước. Đối với những giao ước "duy nhất một" thì người được thụ hưởng giao ước được thực hiện một số nghi lễ nhất định để báo cho đấng biết sự thay đổi (ví dụ nghi lễ tấn phong giáo hoàng chẳng hạn), đối với giao ước "phổ thông" thì người được thụ hưởng giao ước chỉ cần biết được dấu hiệu giao ước là được (ví dụ như bùa phép hay thần chú). Truyền giao ước là một vấn đề khá phức tạp, vì giao ước còn liên quan đến hiến tế. Sẽ bàn thêm ở phần hiến tế.

Lễ hiến tế như thế nào ? Hiến tế là hình thức đền đáp đấng linh thiêng theo đúng giao ước. Sự hiến tế này có thể diễn ra một lần (rất ít trường hợp này, ví dụ sự hiến sinh "máu của con trai Abraham"), hoặc nhiều lần tùy theo giao ước (Ví dụ như Hiến Tế máu hằng năm của người Maya). Nếu là giao ước "duy nhất một" thì chỉ có người lập giao ước và người được thụ hưởng giao ước mới có thể thực hiện hiến tế. Nếu là giao ước "phổ thông" thì có hai trường hợp, một là sự hiến tế này đuọc thực hiện bí mật bởi người đứng đầu của hội hay giáo phái đó; hai là sự hiến tế này được thực hiện bởi người được đấng hỗ trợ ngay sau khi thực hiện giao ước. Lễ hiến tế tùy theo giao ước có thể thực hiện trước khi sử dụng giao ước hoặc có thể sau khi sử dụng giao ước.

Giao ước ẩn mặt là gì ? Giao ước ẩn mặt là giao ước cổ vẫn còn tồn tại đến ngày nay. Có 2 loại giao ước ẩn mặt: một là các giao ước cổ, mà sự hiến tế chỉ diễn ra một lần ngay lúc lập giao ước, và duy trì mãi, đây là những giao ước đặc biệt mạnh; hai là các giao ước mà sự hiến tế được thực hiện bởi người đứng đầu các giáo phái hay hội kín, mà các thành viên chỉ việc sử dụng các dấu hiệu triệu gọi mà không cần thực hiện hiến tế (đương nhiên, vì giáo chủ đã thực hiện hiến tế rồi !); một khi giáo phái biến mất mà không có sự kế tục hiến tế, thì các dấu hiệu giao ước này sẽ mất hiệu lực. Một trường hợp cá biệt là khôi phục hiến tế, sẽ nói ở phần sau.

Giao ước lầm lẫn là gì ? Giao ước lầm lẫn là trường hợp người giao ước không nắm rõ được giao ước, hoặc vô tình thực hiện lập giao ước, hoặc vô tình triệu gọi dấu hiệu giao ước. Ví dụ như nguòi ta cấm gõ chén ban đêm vì đó là dấu hiệu triệu gọi quỷ đói, ta vô tình thực hiện mà không hề biết mình triệu gọi. Giao ước lầm lẫn là một điều rất tệ hại và nguy hiểm vì nó gọi lại các đấng linh thiêng đê thực hiện giao ước mà không có bất kỳ sự hiến tế nào. Người triệu gọi lẫm lẫm có thể bị trừng phạt đến khi một pháp sư tìm ra được sự hiến tế phù hợp và thực hiện nó, khi đó người triệu gọi lầm lẫn có thể được chữa khỏi. Đó đôi khi bị hiểu lầm hành động trục quỷ.

Khôi phục hiến tế là gì ? Khôi phục hiến tế là hình thức thực hiện lại giao ước đã thất truyền hay gián đoạn trước đó, nhằm khôi phục lại những dấu hiệu giao ước (như bùa chú hay thần chú ...). Không phải bất kỳ giao ước nào cũng có thể khôi phục hiến tế. Trong đa phần các trường hợp, đấng sẽ giáng tai họa xuống người, hoặc cộng đồng đó nhằm nhắc nhở sự hiến tế (như trận đại hồng thủy trong kinh cựu ước); hoặc sẽ tiêu diệt hẳn vì tức giận; tuy nhiên, cư dân đó sẽ nhanh chóng giao ước với đấng mới nhằm chống lại đấng cũ.

Công cụ giao tiếp là gì ? Công cụ giao tiếp là những vật dụng hay phương cách giúp ta trao đổi với thần linh. Các công cụ tiên tri hay các dụng cụ tế lễ đều là các công cụ giao tiếp. Tarot, chậu nước, các quẻ bói, Runes, Ouija ... đều là các công cụ giao tiếp. Các công cụ giao tiếp này, hoặc trực tiếp triệu gọi các đấng để giao tiếp, hoặc gián tiếp tìm kiếm các đấng linh thiêng.Và trong nhiều trường hợp nó dẫn đến giao ước lầm lẫn mà tôi đã nói ở trên. Vì vậy, đối với các công cụ giao tiếp này cần phải hết sức cẩn thận khi sử dụng.

Vật phẩm hiến tế như thế nào ? Vật phẩm hiến tế rất đa dạng, nhưng không vật phẩm nào mạnh bằng vật sống, và máu. Tuy nhiên, không phải mọi đấng linh thiêng đều cần những vật phẩm như vậy. Có những đấng linh thiêng đòi hỏi sự phục tùng và tuân theo hơn là các vật phẩm thực. Nhưng phần nhiều những vật hiến tế phải có máu tươi. Vật phẩm hiến tế tùy theo từng giao ước mà có thể khác nhau và phải cùng với nghi thức hiến tế. Đôi khi vật phẩm hiến tế là linh hồn của bản thân, hoặc linh hồn của con cháu.

Vai trò của tư tế? Tư tế là các "chuyên gia"chuyên thực hiện các nghi lễ hiến tế, lập giao ước. Họ là những người sử dụng thành thạo các giao ước, cũng như duy trì các giao ước thông qua các nghi lễ hiến tế. Những người này có thể tập hợp lại thành các giáo đoàn và hội nhóm. Những tư tế này chính là những người nắm giữ các quy tắc cao nhất về giao ước. Sự lớn mạnh hay suy tàn của các giáo hội hay hội nhóm tùy thuộc vào các nghi lễ hiến tế có được duy trì phù hợp và thường xuyên hay không. Trong nhiều trường hợp, những giao ước hoàn toàn biến mất vì những nghi lễ hiến tế và xác lập không còn được duy trì. Điều này liên quan đến việc Khôi phục hiến tế đã nói ở trên.

Ai có thể lập giao ước ? Ai cũng có thể lập giao ước, nhưng không phải ai cũng có thể. Có 2 dạng lập giao ước.

Một là giao ước yếu, tức là người lập giao ước thỏa thuận với đấng linh thiêng một cách bị động, có nghĩa là giao ước này có thể do đấng linh thiên gợi ý (như trường hợp Moise) hoặc do người lập giao ước tìm đến (như trường hợp nhập đạo hay gia nhập hội kín); hai là giao ước mạnh, tức là người lập giao ước chế ngự được đấng linh thiêng (một trường hợp hiếm, như vua David chế ngự các Demon) vì dựa vào một đấng linh thiêng mạnh hơn. Vì vậy đa số trường hợp là thụ hưởng giao ước (gia nhập hội kín hay giáo phái) để thực hiện triệu gọi. Rất ít trường hợp là lập giao ước thật sự (thỏa thuận tay đôi với đấng linh thiêng, hoặc chế ngự đấng linh thiêng), hoặc khôi phục giao ước cũ.

Lựa chọn giao ước ? Một số trường hợp có thể lựa chọn giao ước. Tức là có nhiều hơn một đấng linh thiêng thèm muốn sự hiến tế. Khi đó, người lập giao ước có thể yêu cầu các đấng đưa ra lời đề nghị của mình. Một ví dụ sinh động là câu chuyện về thành ban Athen, lựa chọn giữa Poxedong và Athena để làm vị thần phù trợ cho thành bang của mình, cuối cùng thành bang này đã chọn Athena. Điều này không xảy ra quá nhiều, và ít khi được nhắc đến. Cũng giống như lựa chọn tôn giáo hay hội nhóm, người ta có thể tính toán để có tham gia vào những hội nhóm có giao ước mạnh hơn, điều này thì diễn ra thường xuyên.

Vai trò của hội kín và các giáo phái ? Các hội kín và giáo phái này nắm giữ rất nhiều giao ước. Các bí mật đó bao gồm dấu hiệu giao ước, nội dung giao ước, và nghi thức hiến tế. Những giáo phái này có vai trò quan trọng trong việc gìn giữ và truyền gởi các giao ước không để thất truyền. Đồng thời họ cũng lợi dụng các nghi thức này để trục lợi. Tuy nhiên, việc các hội kín tham gia vào quá trình xây dựng thế giới và điều chỉnh thế giới theo hướng tốt đẹp và giữ lại thế cân bằng của các thế lực sáng-tối. Việc khôi phục và tìm hiểu các giao ước cũng là công việc quan trọng của giáo hội và các hội huyền học.

Phân loại các thế lực siêu nhiên ? Sự phân loại này không hoàn toàn đúng đối với các nền văn hóa và tôn giáo khác nhau. Đấng linh thiêng có thể xếp vào 4 nhóm: một là các "Angel", đó là các đấng trơ, không bị mua chuộc và giao ước; hai là các "Demon", đó là các đấng linh động, có thể lập giao ước; ba là các "Spirit", đó là linh hồn đầy oán giận, các linh hồn này không bền vững, vì vậy không thể lập giao ước; cuối cùng là các "Gods", đó là các đấng giống như angel nhưng rất hay đùa bỡn, nhóm này rất thường bị nhầm lẫn với angel hay demon. Sự phân loại quỷ (demonology) và thiên thần (angelology) là một vấn đề phức tạp. Tuy nhiên, ta có thể một cách đơn giản để nhận biết giữa Quỷ và Thần trong Do Thái Giáo. Các Angel thường có kết thúc bằng [-el], có nghĩa là Gods (Thần), ví dụ như Ariel, Ansiel; còn các Demon thường kết thúc bằng [-yah] có nghĩa là Lord (Chúa tể); như Purah, Imamiah. Tuy nhiên có những trường hợp phức tạp như một đấng không xác định rõ hay tùy tài liệu mà xác định không chính xác (trường hợp Mammon, có thể gọi là mammel hay mammonah đều được).

THUYẾT VỀ NGUYÊN LÝ THỐNG NHẤT

Những kiến thức tôi trình bày bên trên thuộc Thuyết Giao Ước. Phần trình bày này, dành riêng cho những bạn có yêu cầu tìm hiểu thêm về triết học.

Tôi trình bày về thuyết Nguyên Lý Thống Nhất (Grand Unified Theory). Lý thuyết này có nhiều tên, và hầu như tồn tại ở nhiều lĩnh vực, đăc biệt là vật lý, hay triết học. Lý thuyết này cho rằng dù mọi kiểu hình thức, hình thái đều có chung một nguyên lý. Có vô số mô hình được đề xuất và thành công trong việc kết nối những phạm trù và khái niệm nền tảng khác nhau thành một. Vd như "thuyết tương đối" của Enstein trong vật lý, thuyết "vạn giáo nhất lý" của Cao Đài trong thần học, thuyết "Monadology" của Leibniz, thuyết "Dualism" của Descarte, thuyết "Monism" của Spinoza, thuyết "Absolute idealism" của Hegel, thuyết

"Process philosophy" của Whitehead trong triết học, thuyết "Dialectical Materialism" của Karl Marx trong chính trị học, ...

Trong thần học và huyền học, có Thuyết Giao Ước (Convention Theory). Thuyết này không phải một thuyết độc lập mà là một nhóm các thuyết rải rác ở các tôn giáo. Thuyết giao ước này có nhiều quan niệm không đồng nhất với nhau, và có nhiều dị bản. Thuyết này tuy chỉ hình thành vào khoảng cuối thế kỷ 17 đầu 18, nhưng sự thực hành và áp dụng nó đã có từ ngày xưa. Nó là nền tảng của nghệ thuật bóng tối, hay các phương pháp huyền bí. Thuyết Giao Ước này đã giải thích đầy đủ hầu hết các nguyên tắc của các nghi lễ tôn giáo khác một cách khá logic. Thuyết này còn có trong chính trị xã hội học do nhà triết học Jean-Jacques Rousseau đề xướng, và trong ngôn ngữ học do David Lewis đề xướng, và nhiều những học giả trong các ngành khác.

CHƯƠNG 2 : THUYẾT GIAO ƯỚC – ĐỊNH TÍNH ĐẤNG LINH THIÊNG

Định tính các đấng linh thiêng là một trong những kiến thức quang trọng nhất của quỷ học. Càng nắm được đầy đủ các thông tin này, thì sự phát triển các kỹ năng quỷ thuật càng mạnh lên. Việc định tính các đấng linh thiêng luôn là một công việc khó khăn. Một mặt, các đấng linh thiêng trong các tôn giáo hay văn hóa khác nhau thì có thể mang tên khác nhau. Mặc khác, một cái tên của đấng linh thiêng có thể không phải cùng ám chỉ một đấng duy nhất. Tài liệu mô tả hầu hết bị đốt bỏ, phá hủy, hoặc bị che giấu.

Một đấng linh thiêng được xác định thông qua tên gọi. Tên gọi của đấng linh thiêng là bí mật quan trọng nhất của các giáo phái. Tên gọi này là một chuỗi những âm tiết đặc trưng nhằm liên kết giữa đấng và con người. Chỉ khi nào nắm được tên và phát âm chính xác cái tên đó thì mới thực hiện được việc lập giao ước. Việc nắm được tên của đấng linh thiêng là bước đầu tiên để thiết lập giao ước. Ai cũng biết JHVH hay Giê Hô Va là tên của đấng linh thiêng của người Do Thái. Nhưng không phải ai cũng biết phát âm chính xác cái tên đầy đủ của đấng này. Không phải ngẫu nhiên mà việc nắm giữ cái tên này chính là sự xác nhận vị trí của một vị tư tế, và đó cũng là điều duy nhất quang trọng mà vị tư tế này truyền lại cho vị tư tế trẻ hơn tiếp nhận vị trí lãnh đạo. Chỉ có vị tư tế lãnh đạo mới được phép biết đến cái tên thật này thông qua một bài thánh ca nhỏ. Đây chính là một ví dụ để cho thấy sự quan trọng của cái tên.

Có 4 thuộc tính quang trọng: lửa, nước, khí, đất. Bốn thuộc tính này là cơ bản nhất trong tất cả các nền văn hóa. Ở phương đông, thuộc tính Mộc chính là đại diện của yếu tố Khí. Các bạn có thể nhận ra một cách mơ hồ thuộc tính này thông qua cách thức mà đấng linh thiêng giao tiếp với con người, hoặc cách bố trí các nghi lễ. Đây là việc cực kỳ quang trọng vì các đấng chỉ có thể nhận sự hiến tế này thông qua các phương cách khác nhau tùy vào thuộc tính.

Tôi bàn thêm về các an táng của các nền văn hóa để làm rõ hơn yếu tố này. Phật giáo chủ trương Hỏa Táng, tức là dùng lửa đốt thành tro, ta có thể nhận ra đấng linh thiêng trong phật giáo có thuộc tính lửa. Hồi giáo chủ trương Thủy Táng, cũng giống như người Polynesia, hay dân tộc Nhật cổ đại, dùng thuyền để chứa người chết rồi thả trôi biển hay sông, hình thức táng bằng thuyền của Vn cũng vậy, từ đó có thể thấy các đấng linh thiêng này có thuộc tính nước; hình thức Không Táng của người Maya, của Tây Tạng, của hang động tại Thanh Hóa trong những phát hiện gần đây, hay truyền thống một thời của cư dân vùng Long An, Đồng Tháp cũng ám chỉ đấng linh thiêng này thuộc tính khí; hình thức thông dụng nhất, Địa Táng cũng ngầm ám chỉ rằng đấng linh thiêng được thờ phượng của dân tộc đó thuộc tính đất.

Một cách nhìn nhận khác từ các nghi lễ hiến tế chẳng hạn. Hình thức đốt vật hiến tế (như hỏa thiêu, hay đốt vàng mã) chính là hình thức hiến tế của các đấng có thuộc tính lửa; cách hiến tế bằng trấn nước, hoặc các hình thức tôn sùng rượu của thần rượu nho cũng là hình thức hiến tế của các đấng có thuộc tính nước; các hình thức hiến tế bằng cách chôn các đồ vật hay lễ hiến, thể hiện thuộc tính đất; hình thức hiến tế phơi xác, hay nhồi bông đầu lâu của các dân tộc Nam Mỹ chính là hình thức hiến tế của thuộc tính khí.

Một cách nhìn nhận gần gũi hơn đối với các bạn quen sử dụng hình thức tiên tri. Các phương pháp bletonomancy, ceromancy, cyclicomancy, eromancy, hydatomancy, lecanomancy, plumbomancy, hydromancy, bletonomancy, cottabomancy ... đều dựa vào đấng linh thiêng có thuộc tính nước; eromancy, aeromancy, anemomancy, austromancy ... đều dựa vào đấng linh thiêng có thuộc tính khí; geomancy, Halomancy, amathomancy, ambulomancy... đều dựa vào đấng linh thiêng có thuộc tính đất; pyromancy, cineromancy, libanomancy, tephramancy, ossomancy, astrapomancy, capnomancy, libanomancy... đều dựa trên các đấng linh thiêng có thuộc tính lửa. Các hình thức tiên tri không đựa trên các dụng cụ hay hình thức liên quan đến 4 loại này được xem là trung lập, mọi đấng linh thiêng đều có thể tương tác.

Mỗi đấng linh thiêng sau khi lập giao ước đều cần có một nơi hiến tế. Con người sau khi lập giao ước cũng phải xây dựng nơi hiến tế: đó là các đền thờ. Trong một số trường hợp, nơi hiến tế thường là mơi bí mật. Vì khi hiến tế, bắt buộc người ta phải xướng tên của đấng giao ước lên. Và như đã nói ở trên, các phát âm cái tên là bí mật quan trong bật nhất đối với bất kỳ hội phái nào. Chỉ khi nào biết được tên của các đấng thì mới có thể thực hiện giao ước, triệu gọi hay hủy giao ước. Còn rất nhiều vấn đề khác trong việc định tính đấng linh thiêng mà tôi không thể trình bày cặn kẽ được. Chỉ có thể trình bày tạm đến đây.

CHƯƠNG 3 : THUYẾT GIAO ƯỚC – NGHI LỄ THIẾT LẬP

Các phương pháp và nghi lễ của giao ước rất phức tạp. Một mặt, không phải tất cả những giao ước được mô tả trong các tài liệu cổ đều thật sự là giao ước, đôi khi đó là khôi phục giao ước, hoặc triệu gọi giao ước. Trong kinh thánh có vô số lần giao ước (khoảng 70 đến 80 giao ước được thiết lập, khoảng 300 lần từ "giao ước" được lập lại), điều đó cho thấy vai trò của giao ước trong đời sống Do Thái và Thiên Chúa Giáo là hết sức quang trọng. Trong khoảng 70 giao ước này chỉ có 5 lần giao ước được xác nhận là giao ước thật, còn lại đều là khôi phục giao ước. Năm lần này giao ước với bốn đấng linh thiêng khác nhau (điều này trái với quan điểm thiên chúa về thiên chúa duy nhất): Giao Ước Noe (Sáng thế ký 9.8-17), Giao Ước Abraham (Sáng thế ký 12 và 15); Giao Ước Levy (Dân số ký 3); Giao Ước David (II Samuên 7); và Giao Ước Jesus. Sách ngoài kinh thánh bao gồm các sách quỷ thuật và sách cấm, có tổng cộng gần 30 giao ước được mô tả đầy đủ, còn lại là ghi chép thiếu sót. Có hơn 800 giao ước được biên lại trong lịch sử. Trong các tài liệu cổ đó, có khoảng gần 120 giao ước được công nhận là giao ước thật; khoảng 500 giao ước được xác định là khôi phục giao ước hoặc triệu gọi giao ước. Đây là các con số tương đối đầy đủ về những hiểu biết của con người về giao ước. Các tài liệu này chủ yếu từ văn hóa châu Âu, Ấn và Ả rập. Không có bất cứ nghiên cứu nào sâu hơn về giao ước ở phương đông.

Một số tôn giáo và giáo phái đã thực hiện lập giao ước, và các tài liệu hướng dẫn này cũng là một trong những quyền lực mềm của họ. Các tài liệu này khi lọt ra ngoài, thường bị biến dạng khi đi vào các nhà xuất bản, những cuốn sách quỷ thuật, hay kết nối tâm linh ... đều hướng dẫn một cách nửa vời. Một trong số đó đã được hội Tam Điểm chỉ mặt như tác phẩm của William Peter Blatty. Hội Tam Điểm cho rằng mình đã phải trục quỷ cho hàng trăm người vì thực hiện theo các hướng dẫn của tác giả này. Một tác giả khác nổi tiếng trong Tarot là Aleister Crowley cũng bị hội Tam Điểm lên án vì những chỉ dẫn nửa vời.

Người ta nhận thấy trong các giao ước này nhưng điểm chung, và một vài nhà thần học thế kỷ 16 đã chỉ ra một vài quan điểm phân loại quang trọng vẫn ảnh hưởng đến các phân loại ngày nay. Người ta chia giao ước ra làm 2 loại tùy theo cách giao ước được hình thành:

- Giao ước mạnh (Heavy Covenant, hay Heavy Testament): giao ước được đưa ra bởi con người đối với một đấng linh thiêng. Con người chủ động tìm đến đấng và đề nghị được giao ước. Có 2 trường hợp xảy ra: một là người này sử dụng giao ước với một đấng khác mạnh hơn để chế ngự đấng mới và sau đó lập giao ước có lợi (như trường hợp nổi tiếng của Vua Solomon); hai là người này tự có thể cảm nhận được các đấng linh thiêng và thực hiện giao ước trực tiếp, không thông qua bất kỳ một giao ước nào trước đó.

Giao ước thông qua chế ngự là một trong những biện pháp thông thường nhất sử dụng. Cũng là một trong những biện pháp được điện ảnh hóa hay văn học hóa nhiều nhất. Kiểu giao ước này thường được sử dụng khi xâm chiếm lãnh thổ. Những người chiến thắng quay trở lại tiếp tục hiến tế cho đấng linh thiêng của dân tộc thất bại. Một điều nguy hiểm là nếu dân tộc chiến thắng giảm sự sùng kính đối với đấng linh thiêng của dân tộc mình, mà quay lại sùng kính đấng của dân tộc kia, thì có thể bị chính đấng giao ước của bản thân mình trừng phạt. Điển hình nhất của kiểu trừng phạt này là trong kinh thánh. Có thể trích một chút từ Deuteronomy 13:13 "and after they have been destroyed before you, be careful not to be ensnared by inquiring about their gods, saying, "How do these nations serve their gods? We will do the same."", dịch "thì hãy giữ lấy mình, kẻo sau khi chúng nó đã bị diệt khỏi trước mặt ngươi, ngươi sa vào bẫy, bắt chước chúng nó, mà hỏi rằng: Các dân tộc nầy phục sự các thần mình thế nào? Ta cũng muốn làm theo vậy nữa". Tuy nhiên, cũng có những trường hợp thành công như Vua Solomon.

Trên thế giới không có nhiều người có khả năng cảm nhận được thế lực của đấng linh thiêng, và không phải ai cũng có thể giao tiếp với các đấng linh thiêng để lập giao ước. Chú ý 2 vấn đề: Một là tránh lẫn giữa điều này với hiện tượng "lên đồng", hiện tượng này là sự giao ước của một người và một đấng nào đó; khi lên đồng thì người đó chỉ có thể cảm nhận (hay kết nối) với duy nhất một đấng được giao ước trước đó. Hai là tránh lần lẫn với các pháp sư "Trục Quỷ", những người này có thể dựa vào kinh nghiệm và kiến thức về các dấu hiệu và biểu hiện của các đấng linh thiêng để nhận ra được sự có mặt của các đấng này. Cả 2 trường hợp này đều khác so với người có khả năng cảm nhận bẩm sinh các thế lực đấng linh thiêng. Bất kỳ dân tộc nào có được những đứa trẻ như vậy đều trở lên hùng mạnh vì nhờ đứa trẻ ấy, mà số lượng các giao ước được nâng lên đáng kể. Hầu hết những đứa trẻ này đều trở thành những bậc vĩ đại. Một số truyền thống cho rằng những đứa trẻ này chết đi sẽ trở thành một đấng linh thiêng khác. Nhưng hãy nhớ, không phải lúc nào đứa trẻ này cũng được chào đón, vua Herod khi biết đứa trẻ Jesus chào đời, đã giết tất cả những đứa trẻ Do Thái chào đời để phòng ngừa. Đáng buồn, các đứa trẻ này trong thời kỳ trung cổ luôn bị giáo hội hoặc các hội phái giành giật hoặc giết chết. Một trong những nguyên nhân hội Tam Điểm lập ra chính là để bảo vệ những đứa trẻ đặc biệt này.

Giao ước mạnh bao gồm cả vấn đề thụ hưởng giao ước, và khôi phục giao ước một cách chủ động.

- Giao ước yếu (Week Covenant): giao ước yếu là dạng giao ước mà do đấng linh thiêng gợi ý trước. Một là người này tham gia một tôn giáo hay hội phái nào đó, và thụ động được hướng dẫn thực hiện giao ước, được cho biết tên các đấng và nghi lễ cần thiết ..., thường thì những giao ước này chỉ là giao ước phụ trong các giao ước chính của giáo phái đó. Khi xét một quan hệ giữa giáo phái và đấng linh thiêng, có thể không chỉ một mà hàng trăm các giao ước khác nhau cùng vô vàn mối liên hệ chằng chịt giữa các nghi lễ và hiến tế. Chỉ có giao ước "duy nhất một" giữa người lãnh đạo và đấng linh thiêng mới được xem là giao ước chính. Có thể lấy ví dụ của Giao Ước Abraham hay Giao Ước David để minh họa cho kiểu giao ước chính phụ này. Hai là các đấng linh thiêng hiện ra và yêu cầu giúp đỡ con người để đổi lại sự hiến tế. Đây là kiểu giao ước nguy hiểm, vì chỉ khi nào đấng ấy thấy được đặc điểm nào đó có lợi cho đấng thì mới đề nghị sự hiến tế. Thông thường, những đề nghị này lúc nào cũng hấp dẫn, và có vẻ như có lợi. Tuy nhiên, con người rất hay dính vào bẫy này của các demon.

Giao ước yếu này rất thường xảy ra và có nhiều tài liệu hoặc hướng dẫn hơn cả.Trường hợp giao ước yếu đạng chính phụ thì hầu như xuất hiện ở các dạng giao ước liên quan đến bùa, chú, hay các ma dược. Chỉ cần tuân thủ đúng phương pháp thực hiện thì đều có thể sử dụng một cách thuần thạo. Tuy nhiên, luôn nhớ là loại giao ước này dính liền với sự phục tùng của ta đối với giáo đoàn hay hội nhóm. Vì vậy, ta vẫn không được tự do hoạt động theo cách của mình. Đa số các trường hợp, người ta gia nhập giáo phái một thời gian, sau đó tự tìm cho mình các giao ước chính. Trường hợp giao ước do đấng đề nghị thì chiếm đa số trong các trường hợp tìm đến các pháp sư để trục quỷ. Phần nhiều con người không tuân thủ đúng theo sự hiến tế trong giao ước, và rất thích lật lọng với đấng linh thiêng. Đôi khi là do những suy nghĩ nhất thời, thiếu suy xét, nên sau đó hối hận và không thực hiện theo giao ước. Hằng năm có đến hàng trăm ngàn báo cáo và mô tả về các giao ước này trên các phương tiện thông tin đại chúng và vì vậy, càng tệ hại hơn, càng có nhiều người bắt chước làm theo.

Ngoài ra người ta có thể phân giao ước thành 2 loại: giao ước hiến tế một lần, hoặc giao ước hiến tế nhiều lần. Loại giao ước hiến tế một lần là loại giao ước cực kỳ mạnh và rất hiếm. Vì để có giao ước này, vật hiến tế phải là một thứ gì đó rất quý giá (có thể xem sự hiến tế Isaac của Abraham thuộc loại này). Còn hầu hết các giao ước còn lại đều là giao ước nhiều lần, giao ước này có thể thuộc dạng hiến tế trước hoặc sau khi thực hiện cam kết. Một số giao ước hoàn thành ngay sau khi hiến tế như trường hợp các vua Ai Cập cung hiến máu của kẻ dịch sau khi chiến thắng nhờ sự giúp đỡ của đấng linh thiêng, tức là hiến tế sảy ra sau khi giao kết, và giao ước này cũng đồng thời được kết thúc.

Để thực hiện nghi lễ lập giao ước, cần biết : tên và đặc tính của đấng linh thiêng ấy, tùy theo đặt tính mà thực hiện hiến tế lần đầu tiên cho phù hợp, thực hiện hiến tế càng gần với đặc tính của đấng thì khả năng đấng đáp ứng càng cao. Sau khi đấng biểu hiện, cần có người biết cách nhận biết các biểu hiện đấy, đồng thời ghi chép hoặc giao tiếp để thương lượng về các giao kết trong giao ước. Khi giao ước hoàn tất, các dấu hiệu sẽ đấng chấp nhận sẽ được hiển thị trên đồ cúng tế. Nghi thức lập giao ước hoàn thành. Người lập giao ước cần có kiến thức: tên và phát âm chính xác đấng đó, thuộc tính của đấng đó, biết cách đọc các biểu hiện và đoán nhận các biểu hiện, biết cách giao tiếp thông qua các công cụ huyền học.

CHƯƠNG 4 : THUYẾT GIAO ƯỚC – TRIỆU GỌI VÀ HIẾN TẾ

Bàn về cách triệu gọi hay dấu hiệu giao ước, có vô số cách tiếp cận và phân loại. Đối với các giao ước đơn lẻ thì có thể phân loại dễ dàng, nhưng với các giao ước phức tạp thì sự phân loại này không lúc nào cũng đúng. Người ta thường phân làm 5 nhóm triệu gọi hay dấu hiệu giao ước: một là thông qua ngôn ngữ, một câu bùa chú, một chuỗi âm thanh xác định, hay một quy cách tạo nhạc; hai là thông qua một hình vẽ, một biểu đồ, một ký hiệu xác định; ba là thông qua một đồ vật nào đó, một cây kiếm, một hòn đá, một tờ giấy hay bất cứ thứ gì; bốn là thông qua một ma dược, một loại bột, hay một hỗn hợp thức ăn; bốn là thông qua một tư thế, một cách xếp tay, một thủ tục hay một nghi lễ nào đó.

Loại thứ nhất có thể ví dụ như câu thần chú abracadabra nổi tiếng khi triệu gọi Abrac. Chỉ cần bất kỳ ai nắm được sự phát âm của câu thần chú đều có thể sử dụng uy lực của nó. Các thần chú này tùy thuộc vào loại giao ước như tôi đã nói ở trên. Thần chú có thể là một giao ước ẩn giống như giải thích của bài trước, hoac có thể là loại giao ước một lần duy nhất. Dấu hiệu bằng thần chú có thể xem là kiểu dấu hiệu giao ước đơn giản nhất và cổ nhất.

Loại thứ hai có thể ví dụ như Abramelin Square hay Sator Square chẳng hạn. Tương tự như thần chú, nhưng các đồ hình cần biểu diễn ở mức độ chính xác cao, vì vậy mới xuất hiện các pentacle hay seal, được thực hiện bằng đồng hay sừng để đạt được tính chính xác của những ký hiệu . Quang trọng nhất các tỉ lệ các kích thước trong đồ hình cần phải thật chính xác. Vì sự tiện dụng sau khi xuất hiện nghề in, việc sử dụng các đồ hình rõ ràng ngày càng ít đi, một số biểu tượng đồ hình tổng quát, hay bí ẩn được đưa ra, nhằm tạo hạn chế cho việc sử dụng một cách vô ý thức các đồ hình này.

Loại thứ ba có thể lấy ví dụ Excalibur của King Athur, Durendal của Bá Tước Roland, Dyrnwyn của Hael, Necklace of Harmonia của Harmonia, nhẫn Andvarinaut của Andvari... Loại giao ước này chỉ có thể thuộc loại "duy nhất một". Loại giao ước này có một đặc điểm đặc biệt: đó là đấng giao ước có thể trú tại đồ vật đó, chứ không phải nơi hiến tế, hoặc nói cách khác, nơi hiến tế chính là trên đồ vật đó. Dạng giao ước này thường là dạng giao ước chế ngự, trong đó đấng bị chế ngự được phong tỏa bên trong đồ vật. Đôi khi kiểu giao ước này được coi là kiểu giao ước không chủ nhân. Vì bất cứ ai có được đồ vật đều có thể thực hiện hủy giao ước, lập giao ước, truyền giao ước, hay khôi phục giao ước ngay tại lúc nhận được đồ vật. Nên sau này, thường dạng giao ước này đi kèm với một dấu hiệu khác để đảm bảo sự bền vững cho chủ nhân.

Loại thứ tư có thể lấy nhiều ví dụ như ma dược tình yêu, ma dược gọi hồn ... có hẳn hàng trăm sách ma dược xuất hiện từ đầu thế kỷ cho đến nay. Loại giao ước này vẫn chưa thống nhất và gây tranh cãi. Vấn đề nằm ở chỗ có xem dược tính chữa bệnh như là một giao ước hay không. Các loại ma dược được ghi chép lại rất ít khi gắn liền với một đấng linh thiêng nào cụ thể, do đó gây rất nhiều trong sự phân định và tìm hiểu.

Loại thứ năm là một thủ tục, hay nghi lễ nào đó. Các nghi lễ tấn phong, hay bí tích thiên chúa là những ví dụ có thể gặp. Loại này có thể cũng đồng thời là một thủ tục hiến tế hay triệu gọi. Loại dấu hiệu triệu gọi này phức tạp và thường là sự giao kết của giáo đoàn hay một cộng đồng với một đấng linh thiêng chứ ít khi là một giao kết cá nhân. Vì vậy, trên thực tế, sự tiếp nhận giao ước chính đối với người lãnh đạo giáo đoàn và đấng linh thiêng luôn thực hiện với nhiều qua tắc phụ, nhằm hạn chế tối đa sự sao chép, hay lạm dụng các dấu hiệu này. Từ ban sơ, các giáo đoàn và hội kín đã biết các thêm thắt nhiều chi tiết phụ vào các thủ tục này để nó trở nên rườm rà, và khó bắt chước. Nhờ đó đảm bảo bí mật của giao ước được kế tục một cách hợp pháp. Cũng chính vì vậy, mà việc khôi phục giao ước càng khó khăn hơn, vì đôi khi các mô tả tập trung vào các chi tiết phụ mà không đề cập đến các chi tiết quan trọng của nghi thức.

Lễ hiến tế tùy vào giao ước mà có cách thực hiện khác nhau. Tuy nhiên có vài điểm quy tắc chung. Trong lễ hiến tế, tên của đấng giao ước sẽ được xướng lên. Vì vậy, ngày giờ và nơi hiến tế cũng trở thành những bí mật bị che giấu. Cách hiến tế cũng thể hiện rõ tính chất và công dụng của giao ước lẫn đấng linh thiêng. Đồ vật hiến tế luôn được quan sát trong suốt buổi lễ nhằm nhận ra dấu hiệu của đấng linh thiêng phán gửi. Lễ hiến tế gần giống như lễ lập giao ước, đều cần sự hiểu biết về các dấu hiệu, sự thông hiểu các công cụ giao tiếp với đấng linh thiêng. Về nguyên tắc, lễ hiến tế luôn thực hiện với vật tế sống và máu tươi là một món quà rất giá trị.Đối với văn hóa Âu và Trung Đông thì hiến tế sống rất quen thuộc. Còn ở châu Á nghi lễ hiến tế sống khá ít. Các nghi lễ hiến tế này cũng tồn tại ở châu Á, như các nghi lễ hiến tế thần sông Hà Bá hay các nghi lễ hiến tế của các Sa Gôn ở lưu vực sông Mê Kông. Dấu tích của nghi lễ này còn nằm ở các vùng đồng bằng cổ như Sông Hồng qua tục chọi trâu Sầm Sơn. Tuy nhiên, quy tắc hiến tế đã được mở rộng thêm về quy tắc hiến tế "không-sống" như trường hợp Phật Giáo, sử dụng hoa và trái cây. Tuy nhiên, lý luận này không được công nhận hoàn toàn. Những nhánh phật giáo ở Nhật, Ấn, hay phía Nam Á vẫn giữ truyền thống hiến tế sống như quy tắc của Veda và Balamon.

Trong nghi thức hiến tế châu Âu, người ta thường phân làm 4 kiểu hiến tế:

- Cấp thấp nhất là hiến tế vật sống "không có máu": nó bao gồm các bò sát và các động vật giáp xác, đôi khi được tính luôn cả cây cỏ và khoáng vật ... Thường những thứ này được lập thành một ma dược và sau đó hiến tế. Loại ma dược này sau đó được thiêu, đổ xuống nước, chôn xuống đất hay để phơi khô. Sự phối trộn giữa các thành phần này trong ma dược là bí mật của hiến tế. Nhiều công thức ma dược này đã được in rộng rãi thành sách, và đôi khi được đưa thực sự lên phim ảnh. Những ma dược này đôi khi có tác dụng y học rõ rệt, và là nền tảng của các nền y học cổ. Các thầy bùa thường chữa các chứng bệnh thông qua các hiến tế này. Một hình thức hiến tế tương tự là uống nước thánh ở châu á.

- Cấp hiến tế cao hơn là hiến tế vật sống "có máu": nó bao gồm các loại động vật bốn chân hoặc có cánh. Nghi thức thông thường đối với các loại vật hiến tế này là nó được tế sống. Tùy vào loại mà người ta chia tách con vật thành các phía đối xứng cụ thể như sau: loại có cánh chia làm ngũ giác đều (2 cánh, 2 chân, đầu); loại bốn chân có đuôi chia làm lục giác đều (4 chân, đuôi, đầu) hoặc thành ngũ giác đều (4 chân, đầu) được cố định bằng đinh. Trung tâm của các lục giác đều và ngũ giác đều này thường là vị trí bụng hoặc phổi. Người ta dùng dao tế lễ đâm vào bụng để rút máu xuống khai. Máu và xác của vật tế sau đó sẽ xử lý tùy theo tính chất và quy ước của đấng linh thiêng. Thông thường, nếu đấng thuộc lửa thì đốt thành tro, nếu đấng thuộc nước thì cho xuống suối hay cho ra biển, nếu đấng thuộc khí thì để phơi khô trên cao, nếu đấng thuộc đất thì chôn xuống nền. Tuy nhiên, gần như không có quy tắc chung nhất cho việc xử lý này. Lễ hiến tế đôi khi yêu cầu cắt yết hầu để lấy máu chứ không phải ở bụng. Trong nhiều ghi chép khác, thì cái xác hiến tế có thể được phân phát cho mọi người trong giáo phái hay cộng đồng.

- Cấp hiến tế kế tiếp được xem là cao quý, hiến tế "người": giống như phép hiến tế đông vật ở trên, trừ việc đây là hiến tế người. Việc hiến tế người, có thể xem là cấp hiến tế đặc biệt, dành cho những giao ước "duy nhất một", hoặc các giao ước quang trọng. Các giao ước thuộc loại thứ ba (sử dụng dấu hiệu giao ước là đồ vật) thường kèm theo là sự hiến tế người, và là sự hiến tế một lần duy nhất ngay lúc lập giao ước, do đó, các giao ước thuộc loại thứ ba rất mạnh. Các giao ước cho cộng đồng hay toàn giáo phái cũng thường bắt buộc phải hiến tế bằng người sống, vì đó là những giao ước lớn và quan trọng. Một định dạng khác của loại hiến tế này là hiến tế tù binh, trong giao ước chiến tranh với các đấng linh thiêng. Những hiến tế đẫm máu này có thể lên đến hàng ngàn nhân mạng, để đổi lấy sự trợ giúp của các đấng trong chiến thắng.

- Cấp hiến tế "linh hồn": là một kiểu hiến tế không thông thường. Rất ít tài liệu mô tả các hiến tế dạng này. Hiến tế linh hồn là sự phục tuân phục của cộng đồng, cá nhân đối với đấng linh thiêng, đem hết linh hồn mình phục vụ cho ý muốn của đấng linh thiêng. Có thể xem đức tin trong thiên chúa giáo hay phật giáo là một kiểu hiến tế. Sự hiến tế này kéo dài cho đến con cháu sau này. Kiểu hiến tế linh hồn hiện vẫn còn đang tranh cãi về cách phân biệt, sự hiệu lực. Một tranh cãi khác liên quan đến việc đồng nhất/không đồng nhất đức tin trong hiến tế này. Nói cho cùng thì hiến tế linh hồn là một kiểu hiến tế ảo, sự tuân phục không phải lúc nào cũng rõ ràng, vì vậy sự hiệu lực của nó vẫn không dễ xác định được.

CHƯƠNG 5 : THUYẾT GIAO ƯỚC – THUẬT TIÊN TRI

Tarot cũng giống như runes hay Ouija là các công cụ giao tiếp với đấng linh thiêng. Mỗi công cụ giao tiếp này có mức độ chính xác hay cách đoán nhận không đồng nhất. Các công cụ này nếu thực hiện trong việc tiên tri thì nó có tương ứng một phương pháp tiên tri. Tarot có phương pháp tiên tri tên Taromancy. Công cụ tiên tri bản thân nó không phải giao ước. Vì vậy cũng không thể có bất kỳ đấng linh thiêng nào ngụ trong đó cả. Giao ước với đấng linh thiêng để tiên tri là một vấn đề rất cổ chưa. Như tôi đã nói ở các phần trước, các đấng linh thiêng không giống nhau, và có những pháp lực khác nhau. Không phải mọi đấng linh thiêng đều có thể lập giao ước tiên tri. Danh sách các đấng linh thiêng phục vụ việc tiên tri đã từng được liệt kê ở nhiều tài liệu. Người ta có thể liệt kê được khoảng 40 đấng linh thiêng liên quan đến việc tiên tri. Trong số đó, một số đã được lên phim ảnh như Volac, Satan, Bahomet, Bael, ... Trong số này có những đấng rất dễ giao ước, một số thì không.

Làm sao để lập giao ước ? Câu trả lời hẳn là khó mà thỏa mãn được. Muốn lập giao ước cần phải có đủ kiến thức về tên của đấng, thuộc tính đấng, cách hiến tế ...Vì vậy, đối với người muốn đào sâu về thuật tiên tri trong quỷ học, người ta cần phải chọn ra những cái tên đấng phù hợp với mục đích của mình. Gọi tên và thực hiện các nghi lễ lập giao ước, sau đó sử dụng sự triệu gọi giao ước để tiên tri. Và tất nhiên là thực hiện hiến tế đầy đủ. Nếu người đó là một người có năng lực cảm nhận đấng thì có thể xem là đi được nửa quảng đường. Trường hợp, nếu người đó không phải là một người có năng lực cảm nhận đấng thì có vài con đường có thể chọn. Người đó có thể gia nhập một giáo phái hay hội nhóm nào đó, để được chỉ dạy và tiếp thu các giao ước có sẵn và tìm kiếm các giao ước cao hơn. Người đó cũng có thể nghiên cứu về các giao ước cổ, để khôi phục lại các giao ước cổ từ đó sử dụng cho bản thân mình. Con đường cuối cùng, chính là tự mình lập giao ước và phát hiện đấng. Điều này cực kỳ khó khăn và gian nan, người đó phải tự mình tìm hiểu tất cả những kiến thức để có thể nhận biết sự hiện diện của các đấng, giao tiếp với các đấng và hiến tế các đấng một cách đúng cách. Một con đường nhỏ nữa có thể sảy ra, đó là đấng linh thiêng đề nghị với bạn một giao ước, thế là tiện nhất ;), nhưng nhớ điều tôi đã nói, chơi dao mà không có kiến thức, sẽ dễ đứt tay.

Đối với các tư tế, hay những người đã am hiểu sâu về quỷ thuật có một cách thú vị, đó là dùng cách giao ước chế ngự để lập thành dấu hiệu giao ước dạng thứ ba (dấu hiệu giao ước là đồ vật) và vật giao ước này chính là bộ bài Tarot. Điều này hoàn toàn có thể thực hiện được. Tuy nhiên, đó là trò chơi nguy hiểm và chỉ dành cho những ai đã am hiểu sâu sắc về những huyền bí trong nghệ thuật giao ước. Có vài vấn đề rắc rối trong trò chơi này. Thứ nhất lá bài quá mong manh và dễ bị tổn thương, điều gì sẽ sảy ra nếu bộ bài bị cháy. thông thường các đồ vật lập thành giao ước dạng thứ ba đều rất bền vững: kiếm, đồ vật kim loại, nhẫn, chứ không bao giờ là các vật dễ phá hủy. Thứ hai không có nhiều những đấng linh thiêng có khả năng tiên tri và lại dễ bị chế ngự. Cần nhắc là giao ước chế ngự là giao ước cực kỳ khó thực hiện, và kèm đó đương nhiên là dấu hiệu giao ước dạng thứ ba cũng vô cùng khó thực hiện.

Vấn đề nữa mà tôi nói đến là về công cụ giao tiếp. Tarot là một công cụ giao tiếp mạnh, vì vạy nó có thể giao tiếp với cả 4 nhóm đấng linh thiêng: gods, demon, angel, spirit. Nếu như gods, demon, angel là những đấng linh thiêng cách biệt, và dù đôi khi lầm lẫn, thì tính chất của 3 đối tượng này cũng khá đồng nhất. Trường hợp còn lại là Spirit thì phức tạp hơn rất nhiều. Tarot hoàn toàn có khả năng giao tiếp với spirit, nhưng spirit không thể báo trước tương lai; Spirit là linh hồn oán giận, nó chỉ có thể cho ta biết những gì mà nó đã chứng kiến. Chỉ có angels, gods, demons là có thể báo trước tương lai. Demon thì lại có một đặc thù khác, demons không chỉ đoán trước mà còn thực hiện lời đoán đó. Có nghĩa là điều demon tiên tri được sở dĩ đúng là vì chính nó đi làm việc đó cho đúng. Đó là lý do vì sao khi phát hiện một người bị Volac nhập, phải lập tức bịt miệng người bị nhập lại, bất cứ ai được volac nhập cũng có thể tiên tri trước cái chết của người khác, vì chính Volac sẽ thực hiện việc đó. Đó có thể là tiên tri nếu nhìn từ bề ngoài, nhưng thực ra, đó là kiểu giết người ! Tarot còn có tác dụng để đoán nhận đấng bị nhập khi thực hiện trục quỷ. Vấn đề này phức tạp nên tôi không bàn nhiều hơn. Tarot là công cụ giao tiếp, vì vậy, hãy tập đoán nhận các ý tứ cho đúng khi rút các lá bài. Để một ngày, nếu giao ước được thực hiện, hoặc bạn được đề nghị một giao ước, hoặc bạn lập một giao ước, hoặc đấng linh thiêng đáp ứng giao ước tiên tri của bạn, thì ít nhất, bạn phải biết đấng muốn gì thông qua các lá bài ! Hãy tưởng tượng đến một ngày bạn không giao tiếp bằng lời, hay hình ảnh mà giao tiếp qua các lá bài. Vì vậy, cố gắng hiểu và đọc lá bài một cách chính xác là một cách chuẩn bị tốt cho sự tiến bộ của bạn sau này.

Như đã nói ở trên, Tarot là một hình thức chiêm tinh hay tiên tri. Muốn thực hiện nó thì cần phải lập giao ước. Có 3 hướng để chọn:

- một là tự mình tìm kiếm đấng linh thiêng và trao đổi để lập giao ước. Đây là một sự lựa chọn táo bạo và nguy hiểm. Vì không dễ dàng lập được giao ước một cách đúng đắn, và cũng không dễ gì có thể giao tiếp được với đấng linh thiêng. Có khi lại dính vào Giao ước lầm lẫn. Đây là con đường khó nhất và nguy hiểm nhất, tuy nhiên, có thể đạt thành tựu rất cao.

- hai là tham gia vào một giáo phái nào đó và sự dụng các quyền lực giao ước của giáo phái đó để phục vụ việc tiên tri. Cao hơn nữa là nắm bắt các giao ước mạnh hơn để thực hiện tiên tri chính xác. Thường thì những người có địa vị này không chỉ dừng lại ở ước muốn tiên tri mà còn đòi hỏi nhiều hơn. Đây là con đường dài vì muốn đạt các địa vị có thể nắmgiao ước thì phải bỏ rất nhiều công sức cho giáo đoàn và hội đoàn. Và cũng khó để đạt được những chức vị đủ cao để bắt đầu thực hiện nghi lễ hiến tế.

- ba là nghiên cứu các nghi lễ cổ nhằm khôi phục lại các giao ước thất truyền. Đây là công việc của các tư tế cũng như các giáo phái nhằm làm mạnh thêm các giáo phái và hội nhóm huyền học. Càng nắm nhiều giao ước thì quyền lực càng lớn. Đây cũng là điều mà các học giả huyền học độc lập thực hiện nhằm đạt được mục đích mà không cần thông qua giáo đoàn và hội nhóm.

Tôi nghiên cứu huyền học và quỷ học Do Thái nên đối với các kiến thức về quỷ học và thần học Châu Á không có nhiều kiến thức, nên tôi cũng không rõ những giao ước ở Vn hay Trung Quốc như thế nào. Tuy nhiên, các bạn có thể tự tìm hiểu thêm về vấn đề này. Nghe thì có vẻ vô vọng, nhưng những nghi lễ hay giao ước này có thể rất đơn giản và có thể đã từng được xuất bản. Đối với những giao ước với đấng linh thiêng có quyền năng nhỏ, thì việc giao ước cũng không phải quá khó.

Ví dụ như việc bạn cúng táo quân, hay là cúng thần tài cũng đã là một hình thức giao ước rồi. Giao ước không phải là một khái niệm phương tây, mà nó tồn tại ở cả phương đông nữa. Bùa, chú, ngãi ... đều là các giao ước mạnh mẽ. Các tộc người Tày, Nùng, Mường đều có các thầy cúng nắm giữ rất nhiều giao ước cổ. Các thầy phong thủy, các thầy bói hay thầy pháp đều có thể nắm giữ các giao ước này.

1510

CHƯƠNG 6 : VAI TRÒ CỦA THIÊN SỨ, ÁC QUỶ VÀ LINH HỒN TRONG THUẬT TIÊN TRI

Đôi khi ở Việt Nam, việc các thành viên tarot đề cập đến vấn đề này ở các nhà thờ gần như là không thể, vì việc giải thích rõ ràng đối với vấn đề này quả thật gây khúc mắc khá nhiều. Tôi nghĩ rằng những chủ đề như thế này rất có ích cho các thành viên của Tarot có mang đạo Tin Lành hay Cơ Đốc. Hi vọng bài này có thể giải đáp hầu hết các thắc mắc của các bạn.

Tôi đã có buổi tranh luận khá thú vị với nhà truyền giáo Alexandre Maujard xoay quanh vấn đề về quan niệm và cái nhìn của Giáo Hội nói riêng và Thế Giới Thiên Chúa nói chung đối với Tarot. Ông là một trong số ít thành viên thiên chúa giáo cởi mở khi thảo luận về bói toán, một hình thức bị cấm ở thế giới của Chúa. Qua buổi nói chuyện này, tôi cố gắng tổng kết lại những quan điểm chính, không bình luận và nhận xét, để đảm bảo tính khách quan nhất có thể cho đọc giả. Câu trả lời trong bài này có thể không phải hoàn toàn mang quan điểm của giáo hội, nhưng nó thể hiện phần nào ý kiến của giáo hội trong vấn đề này.

Vì bài này có thể xem là lời rao giảng, nên trích khá nhiều từ Kinh Thánh. Mình trích cả phần tiếng Anh lẫn tiếng Việt nên nhìn chung bài khá là rườm rà, nhưng mình vẫn phải trích ra để đảm bảo tính đầy đủ của bài viết. Vì vậy, mình đã tô nhạt các phần trích tiếng Anh, các bạn có thể bỏ qua các phần trích này nếu cảm thấy không cần thiết.

Bài này gần như bài phỏng vấn gồm 4 câu hỏi:
- Thiên sứ có giúp ta tiên tri hay không?

- Quỷ có giúp ta tiên tri hay không ?

- Linh hồn có giúp ta tiên tri hay không?

- Ta phải làm gì thế nào đối với bói toán ?

Ghi chú dành cho các bạn không rành về kinh thánh: *Kinh*

thánh khi trích dẫn thường có cấu trúc XXX yy:zz tức là sách XXX chương yy và đoạn (dòng) zz, hoặc XXX yy:zz-rr tức là sách XXX chương yy và đoạn (dòng) zz đến đoạn (dòng) rr. Bản Kinh Thánh tiếng Anh mà tôi dùng ở đây là bản English Standard Version Bible, các bản dịch khác có thể khác so với bản này.

THIÊN SỨ CÓ GIÚP TA TIÊN TRI HAY KHÔNG ?

Câu trả lời: Trả lời qua 2 nhận định, Thiên sứ là ai và Thiên sứ trợ giúp con người như thế nào để trả lời câu hỏi này.

Thiên Sứ Là Ai ?

- ***Thiên sứ là đại diện của Thiên Chúa:*** Ông trích dẫn Job 38:7 "*when the morning stars sang together and all the sons of God shouted for joy?*", dịch "*... Trong khi ấy các sao mai ..., Và các con trai Đức Chúa Trời...*". Đây là cách gọi của Kinh thánh đối với thiên sứ. Ông trích dẫn Hebrews 1:14 "*Are they not all ministering spirits sent out to serve for the sake of those who are to inherit salvation?*", tạm dịch "*Các thiên sứ há chẳng phải đều là thần hầu việc Đức Chúa Trời, đã được sai xuống để giúp việc những người sẽ hưởng cơ nghiệp cứu rỗi hay sao?*". Điều đó có nghĩa là Thiên sứ là đại diện của chúa và phụng sự chúa trời.

- ***Thiên sứ do Thiên Chúa tạo ra:*** Ông trích dẫn Colossians 1:16-17 "*For by him all things were created, in heaven and on earth, visible and invisible, whether thrones or dominions or rulers or authorities—all things were created through him and for him. And he is before all things, and in him all things hold together.* ", tạm dịch "... *Vì muôn vật đã được dựng nên trong Ngài, bất luận trên trời, dưới đất, vật thấy được, vật không thấy được, hoặc ngôi vua, hoặc quyền cai trị, hoặc chấp chánh, hoặc cầm quyền, đều là bởi Ngài và vì Ngài mà được dựng nên cả. Ngài có trước muôn vật, và muôn vật đứng vững trong Ngài.*" Vì vậy, các thiên thần không sinh ra cùng thiên chúa mà sinh ra do thiên chúa, và cũng giống như con người.

- ***Thiên sứ có cảm xúc:*** Ông dùng lại trích dẫn Job 38:7 "when the morning stars sang together and all the sons of God shouted for joy?", tạm dịch "..., Và các con trai Đức Chúa Trời *reo mừng*...". Vì có thể reo mừng nên có cảm xúc, có cảm xúc nên có thể bị tha hóa, và thay đổi. Đây là lý do vì sao có các thiên thần sa ngã. Phần này ông giảng nhiều về Satan và sự sa ngã, nhưng không liên quan phần này, nên tôi cũng không trích ra.

Thiên Sứ trợ giúp và che chở con người như thế nào ?

- *Thiên Sứ rất quan tâm đến con người:* Ông trích dẫn Proverbs 8:30-36 "*then I was beside him, like a master workman, and I was daily hise delight, rejoicing before him always, rejoicing in his inhabited world and delighting in the children of man. "And now, O sons, listen to me: blessed are those who keep my ways. Hear instruction and be wise, and do not neglect it. Blessed is the one who listens to me, watching daily at my gates, waiting beside my doors. For whoever finds me finds life and obtains favor from the Lord, but he who fails to find me injures himself; all who hate me love death."*", tạm dịch "*Ta đã ở bên cạnh Ngài như một người thợ chính; Ta là niềm vui của Ngài hằng ngày; Ta luôn luôn vui vẻ trước mặt Ngài. Ta vui về địa cầu có người sinh sống của Ngài; Ta lấy làm vui thích nơi thế giới loài người. Vậy các con ơi, bây giờ hãy lắng nghe ta khuyên bảo; Ai giữ các đường lối ta có phước thay. Hãy nghe lời răn dạy của ta và trở nên khôn ngoan, Các con đừng bao giờ lơ là đối với lời giáo huấn ấy. Phước thay cho người nghe lời ta dạy bảo, Hằng ngày trông ngóng nơi cổng ta và chờ đợi nơi cửa ta. Vì ai tìm được ta là tìm được sự sống, Và tìm được ân huệ từ CHÚA ban cho; Nhưng ai không tìm kiếm ta là đã gây thiệt hại cho mình; Còn ai ghét ta quả là kẻ mến yêu sự chết.*". Vì vậy, thiên chúa rất quan tâm đến con người, quan tâm đến tâm hồn con người, đến niềm tin của con người.

- ***Thiên Sứ trợ giúp và che chở cho người hiền (người công chính, như một số bản dịch tiếng việt):*** Ông trích dẫn Luca 15:10 "*In the same way, I tell you, there is rejoicing in the presence of the angels of God over one sinner who repents.*", tạm dịch "Ta nói cùng các ngươi, trước mặt thiên sứ của Đức Chúa Trời cũng như vậy, sẽ mừng rỡ cho một kẻ có tội ăn năn."; Ông trích dẫn Genesis 19:15-16 "*As morning dawned, the angels urged Lot, saying, "Up! Take your wife and your two daughters who are here, lest you be swept away in the punishment of the city.""*, tạm dịch "*Đến sáng, hai thiên sứ hối Lót và phán rằng: Hãy thức dậy, dẫn vợ và hai con gái ngươi đang ở đây ra, e khi ngươi cũng chết lây về việc hình phạt của thành nữa chăng.*", trong đó các thiên thần đã giúp cho Lot thoát khỏi nguy hiểm; ông trích Daniel 6:22 "*My God sent his angel, and he shut the mouths of the lions. They have not hurt me, because I was found innocent in his sight.*", tạm dịch "*Đức Chúa Trời tôi đã sai thiên sứ Ngài, và bịt miệng các sư tử, nên chúng nó không làm hại chi đến tôi, bởi tôi đã được nhận là vô tội trước mặt Ngài*". Ông còn trích vài chỗ nữa mà tôi ghi nhớ không hết.Ông chứng minh rằng thiên thần lúc nào cũng bên cạnh giúp đỡ người công chính.

- ***Thiên Sứ báo trước cho các hiền giả vì chính lòng thành kính của hiền giả trước Đức Chúa Trời***: Ông trích lại các sự kiện của các tiên tri, và cách mà các tiên tri này được sự thông thái. Trong đó, ông chứng minh rằng các tiên tri này có được sự thông thái (biết trước) là vì chính lòng thành kính trước Chúa Trời, chứ không phải do cầu ước. Ông trích gồm các trích dẫn về nhà tiên tri Isaiah trong Isaiah 6:8-10; nhà tiên tri Jeremiah trong Jeremiah 1:4-6; nhà tiên tri Ezekie trong Ezekie 1:28 và Ezekie 2:1-16 ... Những đoạn này khá dài, nên tôi không tiện trích ra, các bạn có thể tự tham khảo lấy.

- ***Thiên Sứ không báo trước cho bất kỳ ai, và vì bất kỳ lý do gì, trừ khi được Thiên Chúa yêu cầu***: Ông dẫn chứng từ các sách thuộc nhóm sách các tiên tri, tất cả những lời tiên tri đều bắt đầu bằng từ "*This is what the LORD says:*" (Đây là điều Chúa nói:) như sách Amos, hoặc "*declares the Lord*" (Chúa phán rằng); điều đó chứng tỏ rằng, những lời tiên tri này đều do Chúa gửi đến, chứ không thông qua bất kỳ ai kể cả thiên thần. Ông cũng dẫn chứng từ các lần thiên thần đến trần gian giúp đỡ đều do Thiên Chúa yêu cầu, như Daniel 6:22 "*My God sent his angel*" ("Chúa gửi thiên sứ đến"); như Chronicles 32:21 "*And the LORD sent an angel*" ("*và chúa đưa đến một thiên thần*"); như Chronicles 21:15 "*And God sent an angel to*" ("*Và chúa gửi một thiên* *thần*")... Những lời tiên tri này đều không cần thông qua dụng cụ hay thần chú.

QUỶ CÓ GIÚP NGƯỜI TA TIÊN TRI ĐƯỢC KHÔNG ?

Câu trả lời: Ông trả lời qua 2 nhận định sau: quỷ là ai mà có thể cho người ta quyền lực và vinh hiển và quỷ lầm lạc con người bằng cách nào.

Quỷ là ai mà có thể cho người ta quyền lực và vinh hiển (sức mạnh siêu phàm, phép thuật, quyền tiên tri, phép gọi hồn ...)?

- ***Quỷ là các thiên thần tội lỗi và lầm lạc:*** Quỷ xuất hiện lần đầu với hình ảnh con rắn, kẻ đã xúi giục eva trong Genesis 3:1 "*Now the serpent was more crafty than any of the wild animals the LORD God had made*", dịch "*Vả, trong các loài thú đồng mà Giê-hô-va Đức Chúa Trời đã làm nên, có con rắn là giống qui quyệt hơn hết*". Con rắn đó cũng là Satan vì trong sách Khải Huyền, Satan được gọi là "con rắn xưa"; Revelation 12:9 "*The great dragon was hurled down—that ancient serpent called the devil, or Satan, who leads the whole world astray. He was hurled to the earth, and his angels with him*", dịch "*Con rồng khổng lồ bị ném ra khỏi thiên đàng. Nó là con rắn đời xưa, tức ma* *quỉ hay Sa-tăng, chuyên đi lường gạt thế gian. Con rồng cùng các thiên sứ nó bị ném xuống đất*". Ngoài ra còn có các thiên thần sa ngã. Các thiên thần này xuống trái đất để đội lốt người và lấy các con gái loài người, trích từ Genesis 6:2 "*the sons of God saw that the daughters of men were beautiful, and they married any of them they chose*", dịch "*các con trai của Đức Chúa Trời thấy con gái loài người tốt đẹp, bèn cưới người nào vừa lòng mình mà làm vợ*". Đức chúa không cho phép điều đó, nên những thiên sứ này phản nghịch và trở thành Quỷ như Peter 2:4 đã trích "*For if God did not spare angels when they sinned, but sent them to hell, putting them in chains of darkness to be held for judgment*", dịch "*Vả, nếu Đức Chúa Trời chẳng tiếc các thiên sứ đã phạm tội, nhưng quăng vào trong vực sâu, tại đó họ bị trói buộc bằng xiềng nơi tối tăm để chờ sự phán xét*".

- ***Quỷ là kẻ cai trị hiện tại, vì vậy Quỷ giúp các người tôn thờ nó những sự hiển vinh giả tạo như việc tiên tri*** : Quỷ luôn cố gắng dụ dỗ mọi người chống lại chúa, như sách Khải Huyền đã nói Revelation 12:9 "*that ancient serpent called the devil, or Satan, who leads the whole world astray*", dịch "*Nó là con rắn đời xưa, tức ma quỉ hay Sa-tăng, chuyên đi lường gạt thế gian*". Quỷ là kẻ cai trị trần gian này hiện tại. Như từ Matthew 4:8-9 "*Again, the devil* *took him to a very high mountain and showed him all the kingdoms of the world and their splendor, And he said to him, "All these I will give you, if you will fall down and worship me."*", dịch "*Ma quỉ lại đem Ngài lên trên núi rất cao, chỉ cho Ngài các nước thế gian, cùng sự vinh hiển các nước ấy; mà nói rằng: Ví bằng ngươi sấp mình trước mặt ta mà thờ lạy, thì ta sẽ cho ngươi hết thảy mọi sự nầy.*"; hoặc trích từ John 12:31 "*...now the prince of this world...* ", dịch "*... chúa của trần gian...*"; hoặc 14:30 "*...for the prince of this world is coming...*", dịch "*... chúa trần gian này ...*"; hoặc 16:11 "*...because the prince of this world now stands condemned...*", dịch "*... vì chúa của thế gian này ...*"; trong các văn bản này,thánh John đã gọi quỷ Satan là chúa của trần gian. John còn chỉ đích danh trong 1 John 5:19 rằng "*We know that we are children of God, and that the whole world is under the control of the evil one.*", dịch "*Chúng ta biết mình thuộc về Đức Chúa Trời, còn cả thế gian đều phục dưới quyền ma qui.*"; hoặc như 2 Corinthians 4:4 "*in whom the god of this world hath blinded the minds of the unbelieving, that the light of the gospel of the glory of Christ, who is the image of God, should not dawn upon them*", dịch "*cho những kẻ chẳng tin vì chúa đời nầy đã làm mù lòng họ*". Chúa đời này chính là Satan, vì vậy, những lời cầu khấn với Satan sẽ được thực hiện và những người thờ phượng nó sẽ hiển vinh giả tạo.

- ***Quỷ sẽ bị tiêu diệt ở ngày phán xét, và vinh hiển thực sự sẽ ngự trị***: Quỷ sẽ không hiện hữu lâu dài, vì nay là những ngày sau rốt, trích từ Revelation 12:12 "*But woe to you, O earth and sea, for the devil has come down to you in great wrath, because he knows that his time is short*", dịch "*Khốn nạn cho đất và biển! vì ma quỉ biết thì giờ mình còn chẳng bao nhiêu, nên giận hoảng mà đến cùng các ngươi.*"; ông cũng trích từ 2 Timothy 3:1-2 "*But understand this, that in the last days there will come times of difficulty. For people will be lovers of self, lovers of money, proud, arrogant, abusive, disobedient to their parents, ungrateful, unholy,*", dịch "*Hãy biết rằng trong ngày sau rốt, sẽ có những thời kỳ khó khăn. Vì người ta đều tư kỷ, tham tiền, khoe khoang, xấc xược, hay nói xấu, nghịch cha mẹ, bó buộc, không tin kính,*". Vì vậy, hãy vứt bỏ các phép thuật hay tà giáo mà trở lại với thiên chúa trước khi quá muộn.

Quỷ lầm lạc con người như thế nào ?

- ***Qủy lầm lạc bằng hình ảnh các thiên thần và dụ dỗ sự thờ phụng :***Ông dẫn từ 2 Corinthians 11:14 "*And it is no wonder; for even Satan himself is able to take the form of an angel of light.*", dịch "*Nào có lạ gì, chính quỉ Sa-tan* *mạo làm thiên sứ sáng láng*". Ông lại trích một lần nữa từ Matthew 4:8-9 "*Again, the devil took him to a very high mountain and showed him all the kingdoms of the world and their splendor, And he said to him, "All these I will give you, if you will fall down and worship me."*", dịch "*Ma quỉ lại đem Ngài lên trên núi rất cao, chỉ cho Ngài các nước thế gian, cùng sự vinh hiển các nước ấy; mà nói rằng: Ví bằng ngươi sấp mình trước mặt ta mà thờ lạy, thì ta sẽ cho ngươi hết thảy mọi sự nầy*";Quỷ thường mạo danh thiên sứ để dụ dỗ con người, ban cho phép thuật, cho tiên tri, và cho các quyền lực tri thức. Quỷ lầm lạc con người bằng chính cách mà nó đã cố lầm lạc Jesus, nó ban cho sự vinh hiển và ma thuật.

- ***Quỷ lầm lạc bằng ma thuật***: Ông trích Deuteronomy 18:10-12 "*Let there not be seen among you anyone who makes his son or his daughter go through the fire, or anyone using secret arts, or a maker of strange sounds, or a reader of signs, or any wonder-worker, Or anyone using secret force on people, or putting questions to a spirit, or having secret knowledge, or going to the dead for directions. For all who do such things are disgusting to the Lord; and because of these disgusting things the Lord your God is driving them out before you*", dịch "*Ở giữa ngươi chớ nên có ai đem con trai hay con gái mình ngang qua* *lửa, chớ nên có thầy bói, hoặc kẻ hay xem sao mà bói, thầy phù thủy, thầy pháp, kẻ hay dùng ếm chú, người đi hỏi đồng cốt, kẻ thuật số, hay là kẻ đi cầu cong; vì Đức Giê-hô-va lấy làm gớm ghiếc kẻ làm các việc ấy, và vì các sự gớm ghiếc ấy, nên Giê-hô-va Đức Chúa Trời ngươi đuổi các dân tộc đó khỏi trước mặt ngươi*"; hoặc trích từ Deuteronomy 13:13 "*and after they have been destroyed before you, be careful not to be ensnared by inquiring about their gods, saying, "How do these nations serve their gods? We will do the same.""*, dịch "*thì hãy giữ lấy mình, kẻo sau khi chúng nó đã bị diệt khỏi trước mặt ngươi, ngươi sa vào bẫy, bắt chước chúng nó, mà hỏi rằng: Các dân tộc nầy phục sự các thần mình thế nào? Ta cũng muốn làm theo vậy nữa*". Không có phép thuật nào ngoài đức tin mà chúa trời ban cho con người. Những phép thuật mà có được đều do quỷ ban phát.

- ***Quỷ lầm lạc bằng tiên tri***: Quỷ biến con người thành tiên tri giả như dẫn từ Peter 2:1 "*But there were also false prophets among the people, just as there will be false teachers among you. They will secretly introduce destructive heresies, even denying the sovereign Lord who bought them—bringing swift destruction on themselves.*", dịch "*Dầu vậy, trong dân chúng cũng đã có tiên tri giả, và cũng sẽ có giáo sư giả trong anh em; họ sẽ truyền những* *đạo dối làm hại, chối Chúa đã chuộc mình, tự mình chuốc lấy sự hủy phá thình lình.*"; hoặc như Deuteronomy 13:1-3 "*If a prophet, or one who foretells by dreams, appears among you and announces to you a miraculous sign or wonder, and if the sign or wonder of which he has spoken takes place, and he says, "Let us follow other gods", "and let us worship them," you must not listen to the words of that prophet or dreamer.* ", dịch "*Nếu giữa ngươi có nổi lên một tiên tri hay là một kẻ hay chiêm bao làm cho ngươi một dấu kỳ hoặc phép lạ, nếu dấu kỳ hoặc phép lạ nầy mà người đã nói với ngươi được ứng nghiệm, và người có nói rằng: Ta hãy đi theo hầu việc các thần khác mà ngươi chẳng hề biết, thì chớ nghe lời của tiên tri hay là kẻ chiêm bao ấy*". Ông còn trích Deuteronomy 18:14 "*For these nations, whose land you are taking, give attention to readers of signs and to those using secret arts: but the Lord your God will not let you do so.*", dịch "*Vì những dân tộc mà ngươi sẽ đuổi đi, nghe theo tà thuật và bói khoa; song về phần ngươi, Giê-hô-va Đức Chúa Trời ngươi không cho phép ngươi làm như vậy.*". Tiên tri là một trong các lầm lạc của quỷ đối với người.

- ***Quỷ lầm lạc bằng gọi hồn***: Psalm 115:11 "*The dead do not give praise to the Lord; or those who go down to the underworld*", dịch "Kẻ chết hoặc kẻ xuống cõi nín lặng chẳng ngợi khen Đức Giê-hô-va". Những người chết không còn có thể triệu gọi được nữa. Nhưng quỷ có thể giả giọng và hình của người chết để mê hoặc con người. Ông trích Isaiah 8:19 "*And when they shall say unto you, Seek unto them that have familiar spirits and unto the wizards, that chirp and that mutter: should not a people seek unto their God? on behalf of the living'should they seek unto the dead?*", dịch "*Nếu có ai bảo các ngươi: Hãy cầu hỏi đồng bóng và thầy bói, là kẻ nói rúi rít líu lo, thì hãy đáp rằng: Một dân tộc há chẳng nên cầu hỏi Đức Chúa Trời mình sao? Há lại vì người sống mà hỏi kẻ chết sao?*"; trích Deuteronomy 13:6-8 "*If your very own brother, or your son or daughter, or the wife you love, or your closest friend secretly entices you, saying, "Let us go and worship other gods" (gods that neither you nor your fathers have known, gods of the peoples around you, whether near or far, from one end of the land to the other), do not yield to him or listen to him.*", dịch "*Khi anh em ... hoặc bạn hữu thiết ngươi, giục ngươi cách mật nhiệm, mà rằng: Ta hãy đi hầu việc các thần khác ... tức là các thần của những dân tộc ở chung quanh, hoặc gần hay xa ngươi, từ đầu nầy của đất cho đến đầu kia, thì chớ chịu theo nó, chớ khứng nghe nó*". Vì vậy, chúa trời không cho phép con thiên chúa gọi hồn vì đó là thuật của quỷ.

LINH HỒN CÓ GIÚP NGƯỜI TA TIÊN TRI ĐƯỢC KHÔNG ?

Câu trả lời: Ông trả lời qua các nhận định về trạng thái của linh hồn, cái chết và những vấn đề đằng sau cái chết.

Trạng thái của linh hồn?

- ***Con người phải chết***: Con người ban đầu được sống đời đời, nhưng vì Adam và Eva đã ăn trái cấm nên tấc cả chúng ta phải chết như trích từ Genesis 2:16-17 "*And the Lord God gave the man orders, saying, You may freely take of the fruit of every tree of the garden: But of the fruit of the tree of the knowledge of good and evil you may not take; for on the day when you take of it, death will certainly come to you*", dịch "*Rồi, Giê-hô-va Đức Chúa Trời phán dạy rằng: Ngươi được tự do ăn hoa quả các thứ cây trong vườn; nhưng về cây biết điều thiện và điều ác thì chớ hề ăn đến; vì một mai ngươi ăn chắc sẽ chết*". Con người phải chết vì tội tổ tông của Adam và Eva, trích từ Romans 5:12 "*Therefore, just as sin came into the world through one man, and death through sin, and so death spread to all men because all sinned*", dịch "*Cho nên, như bởi một người mà tội lỗi vào trong thế gian, lại bởi tội lỗi mà có sự chết, thì sự chết đã trải qua trên hết thảy mọi người như vậy, vì mọi* *người đều phạm tội.* ".

- ***Người chết không có suy nghĩ và hoạt động***: Ecclesiastes 9:5-6 "*The living are conscious that death will come to them, but the dead are not conscious of anything, and they no longer have a reward, because there is no memory of them. Their love and their hate and their envy are now ended; and they have no longer a part for ever in anything which is done under the sun.*", dịch "*Kẻ sống biết mình sẽ chết; nhưng kẻ chết chẳng biết chi hết, chẳng được phần thưởng gì hết; vì sự kỷ niệm họ đã bị quên đi. Sự yêu, sự ghét, sự ganh gổ của họ thảy đều tiêu mất từ lâu; họ chẳng hề còn có phần nào về mọi điều làm ra dưới mặt trời.*"; trích từ Psalm 146:4 "*Man's breath goes out, he is turned back again to dust*", dịch "*Hơi thở tắt đi, loài người bèn trở về bụi đất mình*"; hoặc nhưEcclesiastes 9:10 "*Whatever comes to your hand to do with all your power, do it because there is no work, or thought, or knowledge, or wisdom in the place of the dead to which you are going.*", dịch "*Mọi việc tay ngươi làm được, hãy làm hết sức mình; vì dưới âm phủ, là nơi ngươi đi đến, chẳng có việc làm, chẳng có mưu kế, cũng chẳng có tri thức, hay là sự khôn ngoan*". Vì vậy, khi chết con người không còn hay biết gì nữa. Vì vậy cũng chẳng thể gọi vong được.

Đằng sau cái chết là gì ?

- ***Quỷ lợi dụng cái chết***: Ezekiel 18:4 "*See, all souls are mine; as the soul of the father, so the soul of the son is mine*", dịch "*Nầy, mọi linh hồn đều thuộc về ta; linh hồn của cha cũng như linh hồn của con, đều thuộc về ta*". Vì lẽ đó, các linh hồn đều đến ở đức Chúa Trời, nên không thể nào triệu gọi được, và họ cũng không thể hồi sinh được (chỉ có thể qua ngày phán xét của chúa trời). Quỷ lợi dụng điều này để lầm lạc con người thông qua sự cầu hồn. Ông trích lại từ Isaiah 8:19 "*And when they shall say unto you, Seek unto them that have familiar spirits and unto the wizards, that chirp and that mutter: should not a people seek unto their God? on behalf of the living'should they seek unto the dead?*", dịch "*Nếu có ai bảo các ngươi: Hãy cầu hỏi đồng bóng và thầy bói, là kẻ nói rúi rít líu lo, thì hãy đáp rằng: Một dân tộc há chẳng nên cầu hỏi Đức Chúa Trời mình sao? Há lại vì người sống mà hỏi kẻ chết sao?*".

- ***Con người sẽ sống lại sau này phán xét***: Con người cần trông cậy sự sống đời đời của nước trời như Titus 1:2 "*in hope of eternal life, which God, who never lies, promised before the ages began*", dịch "*trông cậy sự sống đời đời, là sự sống mà Đức Chúa Trời không thể nói dối đã hứa từ muôn đời về trước,*"; hoặc trích từ John 5:28-29 "*Do not be* *surprised at this: for the time is coming when his voice will come to all who are in the place of the dead, And they will come out; those who have done good, into the new life; and those who have done evil, to be judged*", dịch "*Chớ lấy điều đó làm lạ; vì giờ đến, khi mọi người ở trong mồ mả nghe tiếng Ngài và ra khỏi: ai đã làm lành thì sống lại để được sống, ai đã làm dữ thì sống lại để bị xét đoán*"; hoặc dẫn từ Acts 24:15 "*having a hope in God, which these men themselves accept, that there will be a resurrection of both the just and the unjust.*", dịch "*và tôi có sự trông cậy nầy nơi Đức Chúa Trời, như chính họ cũng có vậy, tức là sẽ có sự sống lại của người công bình và không công bình*". Vì vậy, đừng triệu gọi người chết, mà hãy sống vì thiên chúa và đợi đến ngày phán xét để có sự sống lại và sống đời đời.

THEO QUAN ĐIỂM CỦA THIÊN CHÚA, TA NÊN THỰC HÀNH BÓI TOÁN HAY KHÔNG ?

Câu trả lời: Ông trả lời qua các nhận định vì sao không nên tiên tri và ta cần phải làm gì đối với tiên tri.

Vì sao không nên thực hiện tiên tri?

- ***Sự xúi giục của quỷ dữ, vinh hiển giả tạo***: vì ngày cuối cùng đã gần đến, Satan và Quỷ biết là không còn nhiều thời gian nữa, Sách Khải Huyền . Ông chỉ rằng mọi tiên tri có được thông qua ma quỷ đều là vinh hiển ảo, như trích Matthew 6:13 "*Bring us not into temptation, but deliver us from the evil one. For yours is the Kingdom, the power, and the glory forever. Amen.*", dịch "*Xin chớ để chúng tôi bị cám dỗ, mà cứu chúng tôi khỏi điều ác! Vì nước, quyền, vinh hiển (thực sự) đều thuộc về Cha đời đời. A-men.*". Vì vậy, nếu người nào đó có được nhiều phép lạ thì đó chỉ là sự vinh hiển tạm bợ, chỉ có đức tin mới là vinh hiển đời đời, vì sẽ được lên nước trời của Chúa.

- ***Kinh thánh là cuốn tiên tri duy nhất đúng***: Ông dẫn ra 2 Timothy 3:16 "*All Scripture is God-breathed and is useful for teaching, rebuking, correcting and training in righteousness, 17so that the man of God may be thoroughly equipped for every good work*", dịch "*Cả Kinh Thánh đều là bởi Đức Chúa Trời soi dẫn, có ích cho sự dạy dỗ, bẻ trách, sửa trị, dạy người trong sự công bình*"; trích từ 1 Thessalonians "*And we also thank God continually because, when you received the word of God, which you heard from us, you accepted it not as the word of men, but as it actually is, the word of God, which is at work in you who believe.*", dịch "*Bởi vậy, chúng tôi tạ ơn Đức Chúa Trời không thôi về sự anh em tiếp nhận lời của Đức Chúa Trời mà chúng tôi đã truyền cho, không coi như lời của loài người, bèn coi như lời của Đức Chúa Trời, vì thật là* *lời Đức Chúa Trời, cũng hành động trong anh em có lòng tin*". Vì vậy, không nên có lời tiên tri nào khác ngoài Kinh Thánh là thực đúng.

Ta phải làm gì đối với việc tiên tri ?

- ***Trách xa, và tiêu hủy dụng cụ tiên tri***: Ông dẫn ra Acts 19:19 "*And a number of those who had practiced magic arts brought their books together and burned them in the sight of all*", dịch "*Có lắm người trước theo nghề phù phép, nay đem sách vỡ mình đốt trước mặt thiên hạ*"; hoặc 1 Corinthians 10:21 "*You can't both drink the cup of the Lord and the cup of demons. You can't both partake of the table of the Lord, and of the table of demons*", dịch "*Anh em chẳng có thể uống chén của Chúa và cũng uống chén của các quỉ; chẳng có thể dự tiệc của Chúa, lại dự tiệc của các quỉ.*" Vì vậy, phải đốt bỏ, tránh xa các dụng cụ tiên tri.

- ***Tiêu diệt kẻ tiên tri hay phù thủy***: Ông dẫn Deuteronomy 13:5 "*That prophet or dreamer must be put to death, because he preached rebellion against the Lord your God, who brought you out of Egypt and redeemed you from the land of slavery; he has tried to turn you from the way the Lord your God commanded you to follow. You must purge the evil from among you*", dịch "*Nhưng người ta phải giết* *tiên tri hay là kẻ chiêm bao ấy, vì hắn có giục dấy loạn cùng Giê-hô-va Đức Chúa Trời các ngươi, đặng xô ngươi ra ngoài con đường của Giê-hô-va Đức Chúa Trời ngươi đã chỉ cho ngươi đi. Ấy, ngươi sẽ diệt kẻ hung ác khỏi giữa mình là như vậy*". Vì những kẻ tiên tri hay phù thủy là hung ác, xúi giục chống Chúa Trời nên cần tiêu diệt cả.

- ***Cầu cạnh đức Chúa Trời để được che chở***: Ông trích dẫn Ephesians 6:18 "*with all prayer and supplication praying at all seasons in the Spirit, and watching thereunto in all perseverance and supplication for all the saints*", dịch "*Hãy nhờ Đức Thánh Linh, thường thường làm đủ mọi thứ cầu nguyện và nài xin. Hãy dùng sự bền đỗ trọn vẹn mà tỉnh thức về điều đó, và cầu nguyện cho hết thảy các thánh đồ*". Làm theo như 1 Peter 5:6 "*Humble yourselves, therefore, under the mighty hand of God so that at the proper time he may exalt you,*", dịch "*Vậy, hãy hạ mình xuống dưới tay quyền phép của Đức Chúa Trời, hầu cho đến kỳ thuận hiệp Ngài nhắc anh em lên;*". Vì vậy cần phải đặt hết niềm tin vào đức chúa trời,và cầu nguyện.

Bài này thể hiện quan điểm của thiên chúa trong vấn đề bói toán nói chung, và tarot nói riêng. Nó cung cấp cho chúng ta ba câu trả lời thông thường nhất mà chúng ta hay thắc mắc: Thứ nhất, thiên sứ không giúp người ta tiên tri. Thứ hai, linh hồn không giúp người ta tiên tri. Thứ ba, chỉ có quỷ mới giúp người ta tiêntri. Và đó là cách quỷ làm lầm lạc con người. Thứ tư, cần phải tiêu điệt các dụng cụ hoặc con ngườithờ phượng quỷ. Hi vọng đây là một tư liệu có ích cho các bạn nghiên cứu tarot nói chung, và đặc biệt là các bạn có đạo Cơ Đốc hay Tin Lành.

CHƯƠNG 7 : HÌNH ẢNH QUỶ DỮ TRONG TAROT

Với nhiều người lá bài này luôn tạo nên một cảm giác sợ hãi nhất định. Bản thân từ devil, trong hầu hết nền văn hóa đều mang đầy cảm giác khó chịu, nó xuất hiện hầu như trong mọi câu nguyền rủa, trù ếm. Hôm nay, ta sẽ cùng nhau đi tìm hiểu về lá bài này, coi những gì ẩn chứa biên trong biểu tượng của lá bài.

Trước hết, hãy xem về thế nào là The Devil. Lá bài vốn có tên gốc là Diabo (Tiếng Ý) hay Le Diable (Tiếng Pháp). Từ "Le diable", gốc từ tiếng Latin là diabolus, gốc từ tiếng Hi

Lạp Διάβολος có nghĩa là "người có thể tiên đoán" hoặc "người đi hủy diệt". Gốc ban đầu của nó là động từ διαβάλλω "diabállô" nghĩa là tiên tri, nó cho thấy khái niệm ban đầu của The Devil gắng liền với các đấng linh thiêng. Trong Tarot, lá bài Ác Quỷ chưa bao giờ được đề cập chính xác. Trong nhiều tài liệu luận giải, người ta đánh đồng tất cả những Ác Quỷ như là một thứ duy nhất, phân tích một cách hời hợt, chắp vá các khái niệm và quan điểm sai lệch. Và rồi những cuốn sách đó, tiêu thụ với số lượng hàng triệu bản và tạo ra hàng triệu người ủng hộ nó mà chẳng biết đúng sai. Để phân biệt, hãy chú ý cặp sừng của nó, đôi cánh, và cẳng chân.

Nhìn chung, chúng ta có thể phân ra thành các nhóm tính chất lớn:

- Kiểu cặp sừng: sừng dê, sừng cừu, sừng pan (dê nhỏ), sừng hưu, không có sừng

- Kiểu đôi cánh: cánh lông, cánh dơi, không có cánh.

- Kiểu thân mình: đa diện, đơn diện

- Giới tính: nam (không vú), nữ (có vú)

- Mặt: người, quái vật, thú (dê)

- Dương vật: có, không có.

- Chân: chân guốc (dê), chân người, chân chim (5 ngón, 4 trước-1 sau), chân chim (4 ngón, 3 trước-1 sau)

- Gậy: gậy trơn, gậy lửa, lửa

- Rắn quấn bụng: có, không có.

Dựa vào mô tả quỷ học, ta thấy rõ có 10 loài quỷ được mô tả chính xác trong lá các Ác Quỷ được trình bày ngay bên dưới đây. Vì lý do có những kiến thức không nên truyền bá rộng rãi, trong chừng mực nhất định của bài viết này, tôi sẽ dùng các ký hiệu để thay thế một số từ hay thuật ngữ nên được giữ kín, các cái tên có ám chỉ là đã được đổi tên.

Trong 4 nhóm Đấng Linh Thiêng, nhóm Demon được coi là hữu hiệu nhất dành cho các tu sĩ Tarot. Có nhiều cách phân loại như hệ thống theo Legion của TLKoS, hệ thống phân tính theo 4 nguyên tố, hệ thống phân loại theo cấp bậc phong kiến, nhưng tôi vẫn cho rằng muốn có cách nhìn toàn diện và trên bật cao nhất, nên nhìn nhận theo hệ thống "cuộc chiến trăm ngày" hay còn gọi là phân loại theo Khải Huyền. Trong hệ thống đó, người ta phân loại thành:

- Những thiên thần sa ngã : là những thiên thần tham gia chống thiên chúa trong cuộc chiến trăm ngày, đã rũ bỏ bộ cánh lông và thay bằng bộ cách da (thường gọi là cánh dơi) để nhận biết trong cuộc chiến. Đặc điểm của những thiên thần này là trên mình sẽ có đôi cánh dơi và đầu sẽ có sừng nhọn.

- Những thiên thần lãnh cảm: là những thiên thần không tham gia bất kỳ phe nào trong cuộc chiến trăm ngày. Những thiên thần này sau cuộc chiến trăm ngày vẫn bị trừng phạt bởi thiên chúa, vì vậy, họ không được ở nơi thượng giới mà ở lẫn vào trong trần gian. Tuy nhiên, vì không tham gia vào phe của Lucifer nên vẫn giữ được bộ cánh thiên thần.

- Những thiên thần hối lỗi: là những thiên thần, tham gia hay không tham gia vào cuộc chiến trăm ngày, sau khi bị trừng phạt, chấp nhận mất đi đôi cánh (lông hoặc da) để đổi lấy sự tha thứ của chúa trời. Đặc điểm của nhóm này là hoàn toàn mất đi dấu vết đôi cánh.

- Những quái thần: những thiên thần bị chết trong lúc chiến đấu ở cả hai phe khi rơi xuống tìm được bộ áo của thú vật để tạm thay thế cho thân thể. Luôn háo hức máu, thường được nhận diện bởi các đặc tính của động vật, một phần hay toàn bộ cơ thể bị biến đổi theo động vật mà nó mượn ngay lúc rơi xuống.

Satan là một trường hợp ngoại lệ duy nhất, theo những hiểu biết mới nhất và được công nhận rộng rãi, Satan được cho là sinh ra đồng thời với Chúa Trời, nó là cái nghịch lại với Chúa Trời. Khác với Lucifer là một linh thần do Chúa Trời tạo ra, Satan hoàn toàn độc lập với Chúa Trời trong chừng mực nào đó. Ai mới là người vua của Quỷ Dữ ? Ai là người thật sự nắm giữ chìa khóa Địa Ngục ? Đây vẫn còn là câu hỏi đang tranh cãi giữa Lucifer và Satan. Trong nhiều truyền thống và sách vở, đôi khi người ta gán Satan và Lucifer là một, dù theo tôi là không phải vậy. Trong cuộc chiến trăm ngày, Satan là tạo vật đã hỗ trợ những thiên thần bị chết tìm được cái xác tạm, vì vậy, nó là ân nhân của hầu hết các demon hiện tại, điều đó giải thích vì sao quyền lực của Satan lại lớn như vậy. Lucifer là vị thủ lĩnh thất bại của demon, nhưng hầu hết demon và angel đều thua sức mạnh của Lucifer vì Lucifer là linh thần mạnh nhất do Chúa Trời tạo ra để cai quản các linh thần khác. Sau này Giáo Hội đã thay đổi nhiều thông tin về điều này, bằng việc đưa thánh Michael, người lãnh đạo và kẻ giết Lucifer thành người mạnh nhất, nhưng hầu như những tài liệu cổ đại đều không nói vậy. Một số tài liệu cho rằng Lucifer được Satan cho mượn bụng để trú ngụ vì không tạo vật nào trong trần gian chịu đựng nổi ngọn lửa hận thù của Lucifer đối với Chúa Trời, tất cả đều bốc cháy ngay khi Lucifer chui vào.

Một số tài liệu được tìm thấy ngày nay cho rằng lửa địa ngục vốn do Lucifer mà cháy (thực ra là lửa của Thiên Chúa đấy chứ !). Tức là Địa Ngục là của Satan, nhưng Lucifer thêm lửa vào nên gọi là Hỏa Ngục. Rút cuộc không biết Lucifer và Satan là hai hay là một. Điều này giải thích rõ vì sao người ta hay lầm lẫn giữa 2 khái niệm này.

Các nhóm trên, đều được gọi là Demon theo quan điểm hẹp, dù một số được xếp lẫn vào các nhóm khác như God, Angel... Các chi tiết dưới đây được phân loại theo quan điểm này. Các hình minh họa sẽ gồm 2 phần, bên tay phải là hình của quỷ được trích từ các sách quỷ học và bên tay trái là hình lá bài tarot chứa mô típ của con quỷ đó.

F*** Demon

Tarot De Marseille
Version Claude Burdel

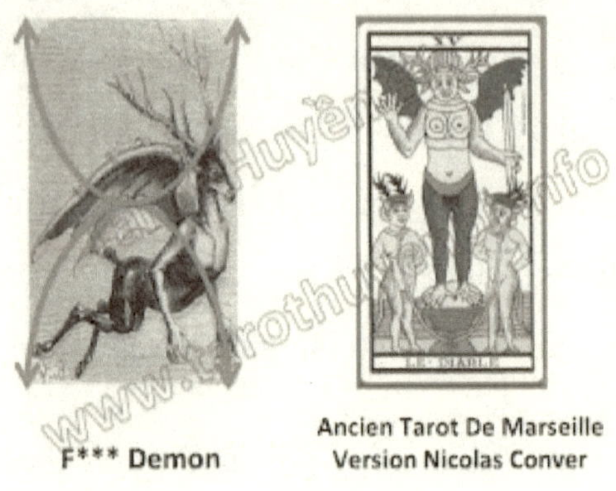

F*** Demon

Ancien Tarot De Marseille Version Nicolas Conver

Quỷ Linh Dương Furfur

1. Quỷ Linh Dương Furfur (hình bên trên)

Đặc trưng của nhóm này trong Tarot là hình ảnh bộ sừng linh dương có nhiều nhánh ở trên đầu của nhân vật chính, cũng như hai nô lệ bên dưới, cánh dơi xòe cao, vú đôi khi được mô tả dạng phụ nữ, đôi khi không. Quỷ Linh Dương được cho là bảo hộ cho rừng rú. Dù những mô tả đôi khi coi quỷ linh dương là những vị thần, nó thực sự không phải vậy. Nhóm này thuộc nhóm Quái Thần, linh hồn của vị thần này được mượn bởi xác của linh dương. Được cho là nắm giữ 29 đội quân địa phủ. Có 3 con quỷ linh dương thường hay lầm lẫn lẫn nhau, và đôi khi được coi là một. Furfur là tên gọi của con quỷ linh dương trong bộ Tarot với đôi cánh trong khi Samigina không có cánh, còn Furfur thì có đến 3 đầu linh dương. TLKoS** mô tả quỷ linh dương là một vị thần của tình yêu, điều này không đúng vì sự thật là nó thèm khát phụ nữ đến mức điên loạn, và người phụ nữ bị quyến rũ bởi người đàn ông thật sự đã chết và đội lốt bởi quỷ linh dương. Nó cũng được cho là có thể tạo sấm sét hay bão gió. Thợ săn là một trong những con mồi của nó. Hai nô lệ trong lá bài đuề mang hình ảnh của quỷ linh dương. Một đặc điểm nhỏ không hoàn toàn trùng khớp là chân của quỷ linh dương dạng chân guốc, trong khi chân của quỷ linh dương trong lá The Devil là chân chim. Một điểm cần lưu ý nữa là chân của các nô lệ chỉ có 3 ngón, trong khi chân của quỷ linh dương có 4 ngón.

Nhóm này được mô tả chính trong các bộ dòng Tarot De Marseille, đặc biệt quang trọng là bộ Nicolas Conver được thừa kế khá nhiều sau này. Hầu hết các bộ Tarot De Marseille ấn hành tại Pháp đều dùng *Furfur** cho hình ảnh của The Devil.

B*** Demon

Tarot De Marseille
Version Schaffhouse

B*** Demon

Tarot De Marseille
Version Claude Burdel

Quỷ Dương Ngưu Bathin

2. Quỷ Dương Ngưu Bathin (hình bên trên)

Đặc trưng của nhóm này trong hình ảnh Tarot là cái sừng cong nhưng phẳng, không xoắn khúc, hay chẻ thành nhánh. Nó có cánh, tay cầm ngọn lửa hỏa ngục, chân dùi đầy lông được vẽ lan đến tận ngực. Trong các mô típ, người ta không thể xác định được nó là bò, ngựa hay dê. Bathin là một demon ít được đề cập đến trong sách. Người ta cho là nó có đuôi rắn, thân ngựa (hoặc bò dê), sừng cong lên trên. Nó được xếp hàng Công Tước theo hệ thống phân loại phong kiến của Pseudomonarchia Deamonum, là bậc thầy của nghệ thuật ma dược (Severus Snape chắc là học trò của ông này), và thống trị 30 quân đoàn. Một cái kính được tẩm máu của nó được cho là giúp nhận biết đâu là đá quý thật hay giả. Những chuyến tàu buôn đá quý và khoáng chất, thường tạc hình của nó để phù hộ. Dù vậy, một số tài liệu lại gáng cho nó thuộc tính khí chứ không phải đất. Nó thuộc nhóm những con quỷ ương ngạnh của những thiên thần sa ngã.

Quỷ Dương Ngưu thường xuất hiện trên các bộ Tarot De Marseille sản xuất tại các nước Đức và Thụy Sĩ, thường gắng liền với nhà điêu khắc Claude Burdel.

Quỷ Kiềm Dương Azazel

3. Quỷ Kiềm Dương Azazel

Một con quỷ nổi tiếng, được trích dẫn ngay trong Kinh Thánh Levicus 16:8-10, và được xuất hiện trong Cuộn Giấy Biển Chết ở Enoch 1. Nó được cho là nằm trong nhóm Grigori, những thiên thần lạc lối cưới người trần gian dưới sự lãnh đạo của thiên thần Samyaza. Nó được coi là thầy dạy của nghệ thuật chiến tranh, cách dùng các khí cụ giết người và vị thần của nghệ thuật hóa tranh và tranh trí. Nó từ bỏ đôi cánh để nhận được sự khoang hồng của thượng đế. Nó hiếm khi bị coi là nguy hiểm tuy vài trường hợp hi hữu được liên quan đến Azazel. Cụ thể là nữ bá tước khát máu Bathory Elizabeth đã giết chết hơn 500 người trinh nữ để lấy máu bảo quản nhan sắc theo lời chỉ dẫn của Azazel. Dù sao thì đúng là Bathory đã trở thành người đàn bà đẹp nhất châu Âu thời kỳ đó dù bà đã ở tuổi 60. Theo hệ thống phân loại của Rabbins thì nó được xếp vào 4 vị vua quỷ cùng với Samael, Azazel, Mahazael. Thế nhưng trong TLKoS thì nó lại bị loại khỏi vị trí các quỷ.

Nó được tìm thấy trong duy nhất vài bộ bài cổ của Ý, dòng Tarot De Marseille sản xuất tại Serravalle Sesia, Ý năm 1880. Nó dường như được khắc năm 1835 bởi Carlo Dellarocca tại Lombardy. Nó từng được tái bản bởi Lo Scarabeo và UsGames.Inc.

Quỷ Vương Satan

4. Quỷ Vương Satan

Nổi tiếng nhất, quỷ vương Satan là con quỷ rùng rợn nhất, tàn ác nhất, đáng sợ nhất đối với giáo dân Thiên Chúa Giáo. Được mô tả như một con quỷ xảo quyệt, luôn mang nụ cười và nói những câu trí tuệ. Nó làm lung lai bất cứ vị hiền sĩ nào, thúc giục họ làm điều ác, bảo lãnh cho họ dưới hỏa ngục. Nó thách thức Jesus trong kinh thánh (như Matthew 4:1-11). Điều thú vị là cho dù nó được coi là quỷ vương thế nhưng hầu như mô típ của nó chỉ được thể hiện duy nhất trong một bộ bài. Có thể rằng, người ta đã vẽ một hình ảnh mà người ta biết để coi đó là The Devil, hơn là xác định một ai đó cho đối tượng. Nó xứng đáng được đánh tên lên lá The Devil với đầy đủ phẩm chất của lá này. Nó được thờ chính thức trong Satanism với đầy đủ các nghi lễ cấp cao. Quyền lực tối thượng của nó cho phép nó nằm ngoài sự trừng phạt của thượng đế trong cuộc chiến trăm ngày.

Nó xuất hiện trong lá The Devil của bộ Tarot Classic do Stuart Kaplan xuất bản, dựa trên bản khắc của Claude Burdel (Thụy Sĩ).

T*** Demon

Tarot De Marseille
Version Ancien Lombardy

T*** Demon

Visconti Tarot
Version Unknown

Quỷ Thông Thái Gaap

5. Quỷ Thông Thái Gaap

Là thầy dạy của tất cả các phù thủy, và là hoàng tử của bóng tối trong phân loại theo cấp bậc phong kiến. Nó được coi là con quỷ thông thái nhất trong số những con quỷ hay tiếp cận loài người. Được cho là thống lãnh 66 binh đoàn, là và người dẫn đường cho 4 quỷ vương bóng tối, nó có quyền lực vô hạn với con người. Hoàn toàn mang hình dáng con người và vô cùng thông thái, nó cũng là một trong các con quỷ ương ngạnh nhất chống đối thượng đế và là một trong số con quỷ hiếm hoi sống sót khỏi trận chiến trăm ngày (quá thông thái mà còn gì mà lo). Nó là đấng thường được gọi nhất trong số các con quỷ, và cũng là con có nhiều giao ước với lòai người nhất. Nó hầu như đáp ứng mọi thỉnh cầu của con người với các giao ước nhanh nhất.

Nó sống dưới mặt nước và chỉ xuất hiện khi mặt trời đã nằm ở phương nam. Nó được coi là con quỷ thuộc hệ nước và có mối quan hệ mật thiết với các thủy quái nói chung. Cùng với Belial, Beleth, Asmodai nó tạo thành bộ tứ quyền lực của bóng tối theo sách TLKoS. Nó được cho là đấng linh thiêng thường được triệu gọi khi bói toán (đến 80% lời triệu gọi các nhà bói toán là triệu gọi binh đoàn của Gaap). Nó được cho là có mối quan hệ với Qủy Vương Amaymon, chủ của phương Đông. Còn theo sách Pseudomonarchia Deamonum, nó bảo trợ cho các nhà gọi hồn.

Nó hầu như chỉ xuất hiện trong các bộ Visconti-Sforza của Ý, tiền thân của các bộ Tarot. Những bộ này ra đời vào đầu thế kỷ 15.

A*** Demon

Tarot Minchiate Version Estrucan

A*** Demon

Tarot Minchiate
Version Florentin

Quỷ Xà Vương Astaroth

6. Quỷ Xà Vương Astaroth

Một trong những con quỷ cổ nhất từng được biết tới trong cổ thư của Lưỡng Hà. Xuất hiện cả trong văn tự Babylon và cổ thư Suman, nó được nhận diện thông qua con rắn cầm trên tay hay quấn quanh cơ thể. Thường có một con rồng đi theo. Trong cuộc chiến trăm ngày, nó dường như là đối thủ của thánh Bartholomew. Nó thường truyền dạy toán học và tiên tri, và cũng là một trong các con quỷ đươc triệu gọi nhiều nhất, dễ dàng nhất. Nhà phân loại quỷ học Sebastien Michaelis đưa nó lên vị trí đầu tiên trong bản danh sách các vị thần mạnh nhất liên quan đến tính lười biếng, cẩu thả, trong khi nhà phân loại quỷ học Francis Barrett đưa nó quyền năng của những người phá án hay tìm ra bí mật. Nó được cho là một vị thần bảo trợ việc giải mật nhất là các kho báu và những điều xấu xa. Nó cũng được coi là liên quan kiện cáo. Những việc thường được triệu gọi nó bao gồm việc tìm kiếm đồ bị mất, giải câu đố, khai thác bí mật của người khác. Không được đến gần Astaroth quá ba bước vì hơi thở của nó có độc. Nhà huyền thuật khi triệu gọi nó thường dùng vật phép thuật của mình đặt trước mũi. Một cách khác thường được nhắc đến là dùng Ruby hay Garnet đặt trước mũi. Nó được cho là ở cấp bậc công tước và lãnh đạo 40 binh đoàn theo TLKoS. Nó được xếp trong các thiên thần sa ngã.

Dành cho những ai thích bộ truyện Harry Potter, những kẻ dùng xà ngữ đều là học từ Astaroth.

Nó được mô tả trong lá The Devil của các bộ Minchiate ra đời vào tk 16 đến 18. Điểm dễ nhận ra nhất là hệ thống rắn quấn quanh thân nhưng trong các mô típ này thường thiếu mũ miện.

Quỷ Hiền Triết Volac

7. Quỷ Hiền Triết Volac

Là một con quỷ hiếm hoi sở hữu đôi cánh thiên thần. Trong trận chiến trăm ngày, nó là một trong những thiên thần khoang tay đứng nhìn hai bên đánh nhau. Trong mô típ thể hiện, nó thường hiện ra với hình hài một em bé đáng yêu hay một cụ già minh triết. Nó cũng là một trong số ít quỷ không có đuôi hay cánh dơi, và cũng không có sừng (những kẻ cùng phe với Lucifer chống lại Chúa Trời). Một số mô típ sai lầm khi vẽ sừng hay vẽ cánh dơi cho Volac. Nó thường cưỡi một con rồng hai đầu. Một đặc điểm thú vị nữa là Volac toàn vẹn một con người, có nghĩa là tất cả bộ phận của nó giống hệt con người và đặc biệt là bàn chân: một bàn chân con người. Hầu hết các quỷ đều không có đặc điểm này. Những nhà khiển rắn bằng kèn hay sáo được cho là do Volac dạy. Nó cũng là một trong các con quỷ dễ triệu gọi và nó sẽ trả lời thành thật tất cả câu hỏi nếu được trả đầy đủ như nó muốn. Nó là toàn quyền ở địa ngục và tùy theo sách mà nó lãnh đạo từ 30 đến 38 binh đoàn.

Chỉ có 1 bộ duy nhất mang hình ảnh Volac trên lá The Devil, đó là bộ Sola Busca ra đời vào thế kỷ 15. Mô típ không hoàn toàn dễ nhận ra, người đàn ông già mang cánh dơi chứ không phải cánh thiên thần, nhưng đôi nhân nhô ra cho thấy một bàn chân con người, cùng với hình ảnh thiên thần trên gậy cho phép kết luận được nhân vật trong lá bài.

A*** Demon

Tarot De Marseille
Version Flamand Tarot

Quỷ Đa Diện Asmodee

8. Quỷ Đa Diện Asmodee

Là một trong những quỷ vương đáng sợ nhất, và là thiên thần sa ngã hung hãn nhất trong đội quân chống chúa. Cơ thể bị đánh nát trong trận chiến trăm ngày, nó phải mượn vô số cơ thể động vật để lắp vào thân mình. Đây là một trong những con quỷ được trích dẫn nhiều nhất trong các sách và cũng là một trong những con quỷ đầu tiên được nói đến. Đối thủ của nó là thánh John, người đã đánh tan xác Asmodee trong trận chiến. Một trong những con quỷ hùng mạnh nhất chỉ sau Lucifer, nó lãnh đạo đến 72 binh đoàn và được mang cấp bậc một trong 4 vua quỷ dưới quyền Lucifer. Hình dạng của Asmodee là một cơ thể có khuôn mặt khác nhau: một của người, một của cừu, một của bò; có chân của gà và đuôi của rắn, cưỡi trên một con rồng đầu sư tử có cánh. Trong hệ thống phân loại của Binsfeld, nó là một trong 7 con quỷ mạnh nhất với biểu hiện của Lust. Nó cũng được trích dẫn nhiều trong kinh thánh Tobit. Theo truyền thống Kabbalah, nó được coi là cao quý hơn tất cả các con quỷ khác vì nó mang dòng máu của vua David và một nữ quỷ. Nó không có cánh, nhưng nó được xếp vào nhóm thiên thần sa ngã do cánh bị đánh rụng bởi thánh John chứ không phải do hối lỗi. Ngoài Asmodee, còn có một quỷ đa diện nữa đó là Leab, cũng là một quỷ vương đáng sợ khác, nhưng Leab có thân mình là một con nhện.

Nó được tìm thấy rải rác trong mô típ các lá Tarot de Marseille và Visconti. Đặc biệt là có nhiều mô típ phối hợp giữa quỷ đa diện Asmodee và quỷ linh dương Furfur. Đặc điểm nhận diện trong lá bài khá rõ ràng với các khuôn mặt đầy trên thân thể của Devil.

A*** Demon   Grand Etteilla Tarot

9. Quỷ Khổng Tước Adramelech

Adramelech nhận diện qua bộ cánh sặc sỡ của con công, hoặc đôi khi là vẹt. Đầy màu sắc sặc sỡ, nhưng ngoài đôi cánh, nó còn có cả tay. Trên đầu có nhúm lông đủ màu, đôi khi người ta vẽ có sừng hoặc đôi khi không có sừng. Người ta không chắc chắn về hình ảnh của nó, và lý do vì sao nó hok có cánh hoặc đuôi, dù nó có biểu hiện chống chúa rõ ràng như trong các kinh II Kings 17:31, II Kings 19:37, hay Isaiah 37:38. Theo nhà quỷ học Collin de Plancy, nó là thống lãnh của quỷ, thống chế của địa ngục và quản lý quân phục cho Satan. Nó được cho là có ham muốn với trẻ con, thường ám ảnh cha mẹ để giết con của họ, hoặc đem đốt để hiến tế cho nó. Nó đôi khi được coi là nguồn gốc của trẻ em bị mất tích, hoặc cả chứng ấu dâm. Nó đôi khi được gán với một con quỷ khác tên Moloeh vì cùng một dấu hiệu liên quan đến trẻ em. Không có tài liệu nào cho thấy nó thuộc nhóm thiên thần hối lỗi.

Nó được tìm thấy duy nhất trong lá The Devil của bộ Grand Etteilla Tarot của nhà huyền học Etteilla sáng tạo vào thế kỷ 18.

B*** Demon

Oscar Wirth Tarot

B*** Demon

Papus Tarot

B*** Demon

BOTA Tarot

Quỷ Dương Vương Baphomet

10. Quỷ Dương Vương Baphomet

Vốn là một con quỷ tương đối cổ, được trích dẫn từ khá lâu, nhưng nó trở nên vô cùng nổi tiếng nhờ tác phẩm của nhà huyền học Levy và liên quan mật thiết đến Tarot. Baphomet kể từ thế kỷ 19 trở đi, trở thành biểu hiện của

Satan, là chúa quỷ cao nhất. Trong tarot, nó được tôn thờ bởi Hội Golden Dawn, bởi Hội Tam Điểm, bởi Hội Thập Tự Hồng Hoa, bởi Chủ Nghĩa Sa Tăng, và bởi nhiều tổ chức tôn giáo huyền bí khác. Nó là tượng thờ chính của Đền Sa Tăng. Nó được nhận diện nhờ đặc điểm duy nhất riêng nó là ngôi sao ở trán hay kết cấu tạo thành ngôi sao năm cánh ngược trên đầu. Nó được vẽ là một đấng có đầu dê mang sừng cao, hai cánh dơi xòe rộng, cơ thể là thân người. Tuy nhiên, có một chú khác biệt trong mô típ và quan điểm của nó. Các trường phái đồng hóa Baphomet và Satan vẽ Baphomet với các đặc điểm Satan như chân guốc, điển hình là các trường phái của Pháp, Đức như Hội Tam Điểm, Hội Thập Tự Hồng Hoa, Hội Satan ở các bộ Papus Tarot, Oscar Wirth Tarot... giống như mô típ mà Levy đã chỉ ra. Trong khi các trường phái khác chỉ coi nó là một quỷ có quyền lực mạnh mẽ thì vẽ nó mang đôi chân của thú, chủ yếu là Hội Golden Dawn như bộ BOTA Tarot của Case, Rider Waite Tarot của Waite, Golden Dawn Tarot của Wang... Đến Waite, do ảnh hưởng của William Butler Yeats, đã đổi sừng của Baphomet thành sừng con cừu.

Dễ dàng nhận ra các bộ huyền học đều có chung đặc điểm ở lá The Devil. Nhất là khi bộ Waite được sao chép và biến đổi thành vô vàng những bộ tarot khác.

11. Những Lầm Lẫn

Một số mô típ thể hiện không thể xác định được con quỷ một cách chính xác. Lý do là người vẽ có thể dựa vào một chỉ dẫn sai lầm, hoặc một chỉ dẫn không còn được sử dụng. Con quỷ đó có thể đươc phối hợp từ nhiều con quỷ, tùy theo trí tưởng tượng của họa sĩ, vì không phải mọi họa sĩ đều nắm được các thông tin quỷ học chuẩn xác.

Hai trường hợp mà tôi ghi nhận ở đây là ở các lá The Devil của bộ Visconti Sforza và một vài nhóm bộ ở Tarot De Marseille. Trường hợp thứ nhất, có lẽ do họa sĩ kết hợp giữa Satan và Furfur. Mô típ thể hiện một con quỷ có cánh dơi, đầu sừng và có chân guốc, trong khi Satan thì không có cánh, còn Furfur thì là chân thú chứ không phải chân guốc.

CHƯƠNG TÁM : LỜI BAN PHƯỚC CỦA ÁC QUỶ

Gần đây có bạn hỏi về biểu tượng bàn tay đặc biệt trong lá số 6 Quỷ Dữ (Devils) trong bộ Rider Waite Tarot. Đây đúng là một câu hỏi khó, vì chỉ những người chuyên và có nghiên cứu sâu về tarot và tôn giáo mới thấy được nguồn gốc đặc biệt của biểu tượng này. Vì vậy, sẵn câu hỏi đó, lạm bàn dài dòng về ý nghĩa của biểu tượng này trong bài viết Lời Ban Phước Của Quỷ Dữ.

Biểu tượng bàn tay trên lá Devil trong Rider Waite Tarot. Ảnh: Hạnh Paro.

Đầu tiên, xin được mô tả lại biểu tượng bàn tay đặc biệt này. Bàn tay xoè ra năm ngón, ngón trỏ kết với ngón giữa, ngón áp út kết với ngón út, ngón cái xoè ra, tạo thành chạc ba. Hình ảnh đó nằm ở tay phải của quỷ sứ trong lá bài.

Muốn hiểu về biểu tượng này, trước hết xét đến cấu trúc của lá Devil trước. Hình ảnh Devil đặc trưng bởi sự phân đôi thể hiện tính nhị nguyên. Cần so sánh nó với lá số 6 The Lovers với cùng thể tính nhị nguyên. Quỷ dữ ngồi giữa, đóng vai trò cán cân, mỗi bên tay là một giả-Satyr nam hoặc nữ (Satyr là người đầu có sừng, thân dê, là một sinh vật truỵ lạc trong văn hoá Hi-La, giả-Satyr là những người tôn vinh truỵ lạc, thường đóng giả Satyr trong những ngày hội). Sau này hình ảnh Satyr và giả-Satyr được đồng hoá với quỷ dữ và những người tôn thờ quỷ dữ. Một bên là người phụ nữ giả-satyr mang đuôi có nho, một bên là người nam giả-satyr mang đuôi có ngọn lửa. Ý nghĩa của nó là gì ? Người nữ, đại diện cho truỵ lạc và hưởng thụ; người nam, đại diện cho hung hãn và hiếu chiến. Cả hai người này mang thể tính nhị nguyên: một bị động, một chủ động nhưng đều mang dáng dấp của tính bản năng, của dục vọng. Quỷ dữ bảo trợ cho con người thực hiện và biểu lộ thú tính của mình: sự hung bạo (nam) và sự truỵ lạc (nữ). Sự hung bạo của người nam được ban cho bởi gậy phép của quỷ dữ (ngọn đuốc địa ngục). Hình ảnh ngọn đuốc cũng là một hình ảnh nhị nguyên thú vị. Ngọn đuốc là hình ảnh soi sáng minh triết, cũng đồng thời là hình ảnh cuồng nộ thiêu đốt. Nếu là ngọn lửa từ thiên đàn, đó là ngọn lửa minh triết; nếu là ngọn lửa từ địa ngục, đó là ngọn lửa dục vọng. Sự truỵ lạc của người phụ nữ được ban bởi thánh danh của quỷ dữ (cử chỉ ban phước - bénédiction). Hình ảnh ban phước cũng là một hình ảnh nhị nguyên. Ban phước bởi hiệu danh của đấng toàn năng là sự trong sáng; ban phước bởi hiệu danh của quỷ dữ là sự truỵ lạc.

Nhiều người hiểu lầm nghĩa của chữ ban phước

(bénédiction) do cách dịch thiếu sáng suốt của những người đi trước. Chữ ban phước (dịch từ chữ Benediction gốc từ chữ Latin: bene, có nghĩa là tốt lành + dicere, có nghĩa là tuyên phán) đồng nghĩa với lời chúc, lời nói tốt lành. Thực ra, người ta vẫn có thể ban phước một điều xấu xa, tức là nguyền rủa. Lấy ví dụ như lời ban phước của I-sắc với hai con của ông là Ê-sau và Gia-cốp. Lời ban phước của I-sắc cho Gia-cốp là tốt đẹp, đúng nghĩa một lời ban phước: "muôn dân phải phục tùng con, các nước phải quỳ lạy con" [Sáng Thế Ký 27:29], trong khi lời ban phước của I-sác cho Ê-sau chẳng khác gì lời nguyền rủa: "con sẽ nhờ gươm mới được sống, và làm tôi tớ cho các em con". Cho nên ý nghĩa của dấu hiệu ban phước này vẫn phải hiểu ở nghĩa kép: là ban phước (tốt lành) hoặc nguyền rủa (xấu xa). Ở đây, người phụ nữ hưởng sự truy lạc là nhờ vào lời ban phước của quỷ dữ.

Ý nghĩa của hình ảnh bàn tay trong bối cảnh đã hiểu rõ rồi: đó là dấu hiệu ban phước. Câu hỏi giờ đây là, cụ thể thì cách thức cấu thành ngón tay như vậy là kiểu ban phước gì? Trước hết xin bàn thêm về các kiểu ban phước và dấu hiệu bàn tay. Ta đã biết, việc sử dụng thủ ấn là một trong những phương cách triệu gọi các đấng thần linh. Riêng Thiên Chúa Giáo, chúng ta có thể nhận ra hai kiểu thủ ấn chính: cựu thủ ấn thường gặp ở Chính Thống Giáo Phương

Đông và tân thủ ấn thường gặp ở Công Giáo La Mã. Cựu Thủ Ấn có hình thức ngón cái chạm ngón áp út (có khi cả ngón giữa), các ngón còn lại đưa hờ ra trước. Còn Tân Thủ Ấn (còn gọi là Benediction's hand) có hình thức hai ngón út và áp út gập lại, ba ngón còn lại đưa xoè ra, ngón trỏ và giữa khép vào nhau. Đây là hai kiểu thủ ấn ban phước cơ bản của Thiên Chúa Giáo.

Cựu Thủ Ấn trong Thiên Chúa Giáo qua hình ảnh thánh Andrew. Ảnh: Internet.

Tân Thủ Ấn trong Thiên Chúa Giáo qua hình ảnh chúa Cha. Ảnh: The Samuel Courtauld Trust, The Courtauld Gallery, London.

Trong phương đông, đặc biệt là Ấn Độ Bà La Môn Giáo và Phật Giáo Mật Tông, phát triển rất mạnh các thế tay gọi là Thủ Ấn (gọi là Mudras). Ở phương tây, các thủ ấn này phát triển trong các hội kín như Tam Điểm. Các ấn này có thể gần giống nhau: ví dụ như Tân Thủ Ấn trong Thiên Chúa Giáo rất giống với Văn Thù Sư Lợi Bồ Tát Kiếm Ấn. Còn Cựu Thủ Ấn rất giống với Thích Ca Mâu Ni Phật Báo Thân Thuyết Pháp Ấn. Điều này gặp rất nhiều khi nghiên cứu sâu về thủ ấn. Điều này không có gì lạ cả.

Quay lại với thủ ấn trong lá bài Quỷ Dữ. Ta có thể nhận ra ba nguồn gốc của thủ ấn này. Lần lượt, ta sẽ điểm qua các nguồn gốc của thủ ấn.

Đầu tiên, một lầm lẫn, mặc dù thú vị, kiểu thủ ấn này giống với kiểu chào Vulcan (Ang. Vulcan peace sign). Thủ ấn này có nhiều người biết nhờ bộ phim Star Trek với ý nghĩa "Live Long and Prosper". Vulcan là một vị thần quan trọng trong nhiều văn hoá, đại diện cho mặt trời, ánh sáng, sấm sét. Trong văn hoá Tam Điểm, Vulcan được gán cho tên Tubalcain (dòng dõi Cain). Cain, con trai của Adam và Eva, chính là kẻ tội đồ giết em trai của mình, kẻ sát nhân đầu tiên trong lịch sử loài người theo Kinh Thánh (Sáng Thế Ký 4:8). TubalCain, dòng dõi ma quỷ của Cain, kẻ sáng tạo vũ khí và chủ về rèn thép, đại diện cho chiến tranh và hung tàn. TubalCain trong tam điểm Mỹ còn mang dấu hiệu của truỵ lạc. TubalCain, trong cách chơi chữ của tiếng Anh, đồng âm với Two Ball Cane (một gậy và hai banh) ám chỉ dương vật đàn ông.

Tubal Cain, kẻ rèn vũ khí trong một thảm treo cổ. Bảo tàng Cluny, Pháp. Ảnh: Wikipedia

Ý nghĩa thật của biểu tượng này liên quan đến văn hoá Do Thái. Kiểu thủ ấn này gọi là nesiat kapayim (nghĩa là bắt khép chéo tay). Còn ban phước bằng thủ ấn này được gọi là Dukhanen (nghĩa là đăng thuyết đàn, lên bục giảng) hay Birkat Kohanim (lời ban của tư tế). Thủ tục này trong Do Thái Giáo, sở dĩ gọi là Birkat Kohanim là vì nó phải do một Kohanim thực hiện. Konanim bắt buộc phải là một vị tư tế thuộc dòng dõi huyết thống tông truyền của Aron. Lý do là trong kỳ xuất Ê-díp-tô, mặc dù Môi-se là tiên tri do thượng đế phán gọi giúp dân Do Thái, nhưng nguyên tắc tông truyền trưởng tử, Aron mới có quyền ban lời chúc phúc cho toàn dân Do Thái (Aron là trưởng tử, còn Môi-se là em của Aron, chỉ là thứ tử). Sau này phép lực ban phước của thiên chúa chỉ được truyền lại cho con cháu của Aron thông qua Giao Ước Muối (tiếng Do Thái: brith ha-kehuna). Giao ước này cũng được nhắc đến trong kinh thánh ở Xuất Hành 29:44. Hiện tại, tính kế truyền hợp pháp của Giao Ước Muối vẫn còn gây tranh cãi trong cách giải thích, mặc dù hầu hết công nhận tính hợp pháp của giao ước này. Ngày nay nếu bạn bắt gặp một người Do Thái mang họ "Cohen" (tiếng Anh và Pháp) hoặc "Kahn" (tiếng Đức) thì họ chính là dòng dõi của Aron đó. [Ps: có ai nhớ đến xì can đan của tổng thư ký quỹ tiền tệ quốc tế IMF, Dominique Strauss-Kahn cách đây ba năm không? Ổng của là người Do Thái, dòng dõi Aron].

Hình ảnh ban phước tập thể của những Kohanim.

Giờ hãy bàn đến ý nghĩa của dấu hiệu bàn tay này. Hình ảnh bàn tay tạo thành hình dạng của chữ Shin (שׁ) ám thị đến thuật ngữ El Shaddai, một trong danh hiệu của chúa trời, có nghĩa là Chúa Toàn Năng (Ang. God Almighty). Danh hiệu này xuất hiện ở lần gặp Môi-se trong Kinh Thánh (Xuất Ê-đíp-tô Ký 6:2). Tương ứng với hình ảnh trong lá bài, nó tương ứng với sự ban phước của quỷ dữ với danh thiệu Satan Toàn Năng.

Điều thú vị nhất của Rider Waite Tarot là những chi tiết nhỏ nhặt nhất của lá bài, cũng mang những hàm ý phức tạp bên trong. Đó là điểm làm cho Rider Waite Tarot luôn hấp dẫn bất kỳ ai nghiên cứu huyền học. Bài viết khởi nguồn từ một câu hỏi trong nhóm Tarot Huyền Bí.

CHƯƠNG CHÍN : QUỶ SATAN VÀ THUẬT TIÊN TRI

Gần đây tôi có đọc vài tài liệu tiếng việt về các ghi chú trừ quỷ của giáo hội. Một trong những cuốn đó là PRÉSENCE DE SATAN DANS LE MONDE MODERNE do nhà xuất bản Éd. France-Empire, Paris ấn hành do Đức Cha Cristiani viết. Mục đích chính là phục vụ cho nghiên cứu quỷ học của chính tôi về cách nhìn nhận và trục quỷ theo giáo hội Roma. Một số chương trong số này nhắc đến Tarot và Crowley (nhà huyền học tarot nổi tiếng tk 20) mà có thể sẽ rất hữu ích đối với các anh em tarot hội. Vì vậy tôi trích đăng một vài phần quan trọng trong số đó để cho các anh em có thể nghiền ngẫm và suy tưởng sâu sắc hơn. Phần trích này chủ yếu lấy từ 4 chương cuối của sách và được trích lọc theo cấu trúc của tôi. Phần dịch này được lấy trực tiếp từ sách dịch chứ không phải do tôi dịch, xin chú ý. Mỗi phần gồm phần lời bàn của tôi, sau đó là phần trích. Tiêu đề đo tôi đặt theo cấu trúc của bài.

I. Bình luận về Aleister Crowley:

Lời bàn: Đoạn dưới này nói về Crowley như là một phù thủy và sự lan truyền của ông đối với thế giới. Dành cho ai chưa bit Crowley là ai: Crowley là nhà huyền học nổi tiếng về Tarot, sáng lập OTO (hội đền thánh phương đông), là người tạo nên bộ Thoth Tarot, là tác giả của Liber 777 cuốn tham chiếu tarot hoàn chỉnh nhất cho đến nay, là học trò của nhà huyền học Mathers.

Trích dẫn:

Ngoài hai hình thức của tôn giáo Satan vừa nói trên - tức chủ nghĩa vô thần và tôn giáo thờ thần vật lạc hậu - còn một thứ Satan chủ nghĩa tinh vi và thâm độc, còn ít người biết tới, cũng ít người theo, và rất khó tìm hiểu nghiên cứu. Đó là tôn giáo thờ phượng Lucifer một cách tự nguyện và có tính toán. Chúng tôi không dám tự hào có những dữ kiện chính xác về thứ Satan chủ nghĩa này của thời đại chúng ta. Chúng tôi có thể nói đó là thứ Satan chủ nghĩa có những nghi thức phạm thánh, những lời báng bổ cố tình, những kiểu thờ phượng quái dị, như những "thánh lễ đen" (messe noire) chẳng hạn, nghĩa là những hình thức phạm thượng có hệ thống và có tính toán, nhái theo những nghi thức tôn kính Thiên Chúa của những tín hữu sáng suốt và chân thành nhất, để áp dụng tương tự trong việc thờ phượng Lucifer.

Chúng ta sẽ có cái nhìn bao quát về thứ Satan chủ nghĩa này khi đọc một đoạn ghi chú trong cuốn Satan, do nhóm Études carmélitaines xuất bản (trang 639). Đoạn ghi chú đó như sau:

"Chúng tôi không thể nói rộng về tất cả những người theo đạo Satan ngày nay, hay những cảm tình viên của đạo này. Báo chí Anh ra ngày 2.12.1947 có loan tin về việc ông Aleister Crowley từ trần. Theo như "ông Công Lý" đánh giá, thì đó là nhân vật tội lỗi và đồi bại nhất của nước Anh".

Khi được hỏi về lý lịch của mình, Crowley trả lời: "Trước khi có Hitler, đã có ta". Đó là một lời nhái theo một câu nói trong Tin Mừng. Trước khi từ giã cõi đời, lão phù thuỷ 70 tuổi này nguyền rủa vị bác sĩ đã từ chối một cách chính đáng không chịu chích morphine cho lão: "Vì ông mà tôi phải chết không được chích morphine, nên ông sẽ phải chết ngay sau khi tôi chết". Và đã xảy ra như vậy. Tờ Daily Express (Tin nhanh hằng ngày) ra ngày 2.4.1948 loan tin: đám tang của lão phù thuỷ đen Crowley đã gây nên những phản đối trong Uỷ Ban Nhân Dân thành phố Brighton. Uỷ viên J.C. Sherrot nói: "Bản tường thuật xác nhận rằng người ta đã cử hành toàn bộ những nghi thức của ma thuật đen trên mộ ông ta". Thật vậy, trên mộ hắn, các đệ tử đã hát những câu thần chú của ma quỷ, hát bài "Ca ngợi thần Pan" do chính Crowley soạn ra, bài "Ca tụng Satan" do Carducci soạn, và những bài Lễ Ca để cử hành "lễ ngộ đạo" (messe gnostique) do Crowley sáng tác để phục vụ những nghi thức tại đền thờ Satan của hắn tại Luân Đôn.

Báo chí Anh ra ngày 30.3.1948 đã dành những ghi chú quan trọng về những người đã chết cho nhà siêu tâm lý nổi tiếng Harry PRICE, là chuyên viên nghiên cứu về ma quỷ. Price có lần tuyên bố trong một bản tường thuật được Đại học Luân Đôn chứng nhận: "Trong tất cả những vùng thuộc Luân Đôn, có hàng trăm người, nam có nữ có, thuộc thành phần trí thức cũng như thuộc giai cấp cao trong xã hội, tôn kính ma quỷ và thường xuyên thờ phượng ma quỷ. Ba hình thức mê tín của thời Trung Cổ - là ma thuật đen, quỷ thuật, nghi thức gọi quỷ - đang thịnh hành ở Luân Đôn một cách có qui mô và tự do, thứ tự do mà thời Trung Cổ chưa từng có". Ông Price là người sáng lập và là thư ký vĩnh viễn của Hội đồng nghiên cứu bệnh tâm thần (Council for Psychiatrical Investigations) của Đại học Luân Đôn.

A. Frank-Duquesne còn cho chúng tôi biết: "Trong số những chuyện dị thường về ma quỷ thời nay có bản tường thuật của giáo sư Paul Kosok thuộc Đại học Long-Island, được xuất bản trong Tập san Bảo Tàng về Vạn Vật học của Mỹ (Annales du Musée Américain d'histoire naturelle) nói về một cuộc thám hiểm được thực hiện năm 1946 tại Pérou. Trong khoảng 500 km vuông đất có nhiều cát của một vùng sa mạc, các nhà thám hiểm đã khám phá được hai loại tranh vẽ: một loại trình bày những dấu hiệu của hoàng đạo, một loại trình bày các thứ chim chóc, cây cối, và nhất là những con rắn nhiều đầu. Một bức tranh Con Rắn, ở giữa, có một cái hố lớn chứa các bộ xương người và xương thú vật, rõ ràng xương đó là của những người và vật bị sát tế. Người ta cho rằng toàn bộ những tranh vẽ đó đã có từ 2000 năm nay".

Phải chi chúng ta đăng lại toàn bộ bài báo quan trọng này, đặc biệt về hai đoạn đầu và về những bài báo đã cho chúng ta biết chung quanh những "hội Satan" có rất đông người tham gia ở Luân Đôn, chung quanh những "tín đồ Satan" mà ai cũng biết như Crowley và Price. Nhưng rõ ràng là những điều đó chỉ cho chúng ta cái nhìn bao quát rất sơ sài về cái tôn giáo tôn thờ Lucifer ngày nay. Đó là chỉ nói về Luân Đôn mà thôi. Có lẽ người ta còn gặp những nhóm tương tự như thế trong tất cả những thành phố lớn trên thế giới.

Quả thật, người ta chắc chắn rằng tại Paris hiện tại, có trên 10 ngàn người, nam có nữ có, thờ phượng Satan một cách thường xuyên. Nhưng bản chất của tất cả các tôn giáo loại này là lẩn trốn mọi thứ ánh sáng, mặc lấy những tính chất huyền bí, và coi thường tất cả mọi thống kê.

Nhưng các tín đồ của Satan mà chúng ta vừa nói đến không phải là những người thờ phượng Lucifer, mà còn là những thầy pháp hoặc phù thuỷ. Điều này dẫn chúng ta tới một khảo sát sơ lược về ma thuật hiện đại.

II. Bình luận về Bói Toán và Bói Bài

Lời bàn: Đoạn này luận giải về các vấn đề bói toán và đặc biệt là bói bài, liên quan trực tiếp đến vấn đề Tarot.

Trích dẫn:

Chúng tôi đã nói chuyện cha sở thánh họ Ars nghĩ gì, nói gì

về việc chiêu hồn và cầu cơ.

Gần chúng ta hơn rất nhiều, chính xác là ngày 26.11.1995, cha Berger-Bergès, vị trừ quỷ đã được chúng tôi nói đến, có đặt 4 câu hỏi như sau cho con quỷ đang hiện diện trong một người bị quỷ nhập:

1. Trò chiêu hồn là một khoa học hay một sự lừa phỉnh? Có phải chính ngươi là đạo diễn trong trò chiêu hồn không?

Trả lời: Nó chậm rãi trả lời bằng cử điệu, nó dùng ngón tay chỉ rằng chính nó.

2. Còn trò cầu cơ? Có phải chính ngươi di chuyển con cơ không?

Trả lời: "Phải, nhưng không phải chỉ có một mình ta, mà cần phải có cả những người tham dự nữa! Phải hợp tác với nhau mới làm con cơ chạy được".

3. Trong trò chiêu hồn, có những bản văn ký tên Marc Aurèle. Vậy ai ký tên Marc Aurèle? Chính ngươi hay một người nào của ngươi? (Tôi rất nhấn mạnh câu hỏi này, cha Berger nói. Nó không trả lời, nó nói rằng nó không muốn trả lời. Cuối cùng, nó nói rằng nó không được phép trả lời. Tuy nhiên, nó có một cử chỉ nhỏ mà tôi nhận ra, cử chỉ đó cho tôi biết là chính nó. Nó làm như một người trả lời một

cách bí mật để Thiên Chúa không thấy được nó trả lời gì hết!...)

4. Thế còn cái trò bói bài là trò gì vậy?

Satan trả lời: "A! Cần phải có những người làm ăn sinh sống bằng nghề này!" Nó cho biết rằng bói bài là một trong những phương tiện nó dùng để lường gạt sự ngu xuẩn của con người.

Điều đó khiến chúng ta thấy được khía cạnh kỳ cục của thời đại. Việc coi bói bài khiến chúng ta trở về với những khía cạnh trẻ con nhất của ngoại giáo thời xưa.

Hiện nay, việc bói toán bình dân dưới những hình thức hết sức khác nhau được phổ biến tới một mức độ không thể tin được. Người ta đã đưa ra những con số sau đây: Chỉ tại Paris, có tới 6000 người đăng ký với Sở Công an hành nghề làm thầy fakir, bói bài, bói chỉ tay, thầy tướng số. Còn trên toàn nước Pháp, có tới 60.000 người, với con số "dịch vụ" hàng năm ít nhất là 60 tỷ dịch vụ. Chắc chắn những phương pháp cổ xưa được áp dụng vào việc bói toán tại Pháp, như xem bộ lòng của con vật đem cúng tế, xem đường bay của chim, nghe tiếng thì thào của gió rừng, hay những hình thù do dòng nước xoáy tạo nên... Những phương pháp đó đã biến mất vĩnh viễn. Nhưng hiện nay vẫn có biết bao phương pháp khác đang được áp dụng, như xem các lá bài, xem chỉ tay, xem những dấu vết còn lại ở bã cà phê, ... Cũng như thời xưa, khoa chiêm tinh học (tức khoa tử vi) vẫn được coi là hình thức thông thái nhất để biết vận mạng con người. Ngày nay vẫn còn những nhà chiêm tinh gia, coi tử vi. Những người này quả quyết - không phải là không thiếu thận trọng - rằng họ có những bằng chứng rõ ràng về giá trị của những lời tiên tri của họ.

Thực ra tất cả những tự phụ của họ chẳng những phù phiếm mà còn hoàn toàn phi lý nữa. Chắc chắn đó là những hình thức "dối trá", là "nghề chuyên môn" của ma quỷ từ ngàn xưa. Các thầy chiêm tinh gia, các thầy tử vi được coi là những thầy bói sáng giá nhất. Đối với những thầy bói loại này, chúng ta chỉ cần đối chiếu họ với những lời của một bậc thầy về thiên văn học, một khoa học chính xác, ông G. de Vaucouleurs. Trong tác phẩm L'Astronomie (Thiên văn học) vĩ đại của ông, xuất bản năm 1948, khi đề cập đến ảnh hưởng của vũ trụ trên các sinh vật, ông viết: "Đương nhiên những ảnh hưởng mà các nhà chiêm tinh hay tử vi tìm cách móc nối với những lời nói vớ vẩn giả mạo khoa học của họ, những ảnh hưởng đó không phải là ảo tưởng". Đi xa hơn một chút, ông nhận thấy rằng trong quá khứ, khoa thiên văn học vẫn còn "quan hệ mật thiết với những mê tín của khoa chiêm tinh hay khoa tử vi cho tới đầu thời đại này (và than ôi! ngày nay thậm chí vẫn còn đắm chìm quá sâu trong tinh thần kém tiến hoá)" - và khi đả kích việc bói toán của khoa chiêm tinh hay tử vi, ông đã dùng những từ ngữ như khinh thường vị trí của khoa thiên văn học, đối lập với ngành bói toán theo chiêm tinh hay tử vi, trong ngành đó, Nostradamus là người nổi bật nhất thời trước, nên môn bói toán này vẫn được nhiều người ái mộ cuồng nhiệt cho tới ngày nay!

Làm sao khoa chiêm tinh hay khoa tử vi lại gắn số mạng của con người với sự gặp gỡ ngẫu nhiên của những lá bài, hay với những đường nét ít nhiều kỳ cục trong bã cà phê được!?

Điều đó càng làm cho các tín hữu thấy được rõ ràng sự dối trá của khoa bói toán. Chắc chắn chỉ một mình Thiên Chúa mới biết được tương lai thôi. Tại sao Ngài lại biết được tương lai? Làm sao Thiên Chúa lại có thể biết được những gì chưa xảy ra, đang khi con người có tự do? Làm sao việc Thiên Chúa biết trước lại không nghịch lý trước tự do của chúng ta? Ai cũng biết đó là một trong những vấn đề khó khăn nhất của môn siêu hình học tổng quát. Chúng tôi xin trình bày vắn tắt giải đáp duy nhất có thể nghĩ ra được cho vấn đề này:

Trong tư tưởng của Thiên Chúa, thế giới của chúng ta không phải là thế giới duy nhất có thể nghĩ ra được. Có thể có vô vàn những thế giới có thể hiện hữu, khác biệt nhau. Nhưng sự khả hữu của chúng là do việc chúng đã được cưu mang từ đời đời trong tư tưởng của Đấng Sáng Tạo. Và trong tư tưởng này, nghĩa là trong Ngôi Lời của Thiên Chúa, các thế giới này mới diễn ra bằng ý tưởng đúng theo những định luật tự nhiên của nó, trong đó có vai trò của tự do tuỳ nghi tác động vào. Khi Thiên Chúa quyết định cho thế giới này hay thế giới kia hiện hữu, nghĩa là thế giới đó được Ngài tạo dựng nên, là vì Ngài thích chọn thế giới đó hơn những thế giới khác. Những điều kiện của thế giới đó vì thế không bị thay đổi, vì nếu thay đổi, thì đó không còn là cái thế giới mà Thiên Chúa đã muốn và đã thấy nữa.

Những hành vi tự do cũng sẽ tiếp tục là tự do, nhưng dầu vậy Thiên Chúa cũng vẫn thấy trước được những hành vi đó sẽ xảy ra như thế nào, vào lúc nào. Chính trong chiều hướng này mà Thiên Chúa biết được tương lai. Vì Ngài là Đấng duy nhất đời đời cưu mang trong tư tưởng mình các thế giới, nên hiển nhiên chỉ một mình Ngài biết được tương lai mà thôi. Vậy ngoài trường hợp lạ lùng nơi các tiên tri của Thiên Chúa, mọi hình thức muốn báo trước tương lai đều nhất thiết có tính cách ma quỷ, vì đó là một sự lấn lướt, dẫm chân lên Thiên Chúa.

Do đó, không một khả năng bói toán nào có được ở trong trò bói bài, trong bã cà phê, trong đường chỉ tay, trong những đường do muối vẽ ra trên lòng trắng trứng, cũng như trong sự gặp gỡ của các hành tinh và ngôi sao vào lúc một người nào đó sinh ra. Cái mà người ta gọi là Định Mạng trong khoa chiêm tinh hay tử vi, chỉ là một sự gian trá hay mê tín.

Chắc chắn chúng tôi không chủ trương rằng ngàn thầy bói đang sinh sống bằng cái nghề nói trước tương lai, tại Paris cũng như tại các thành phố lớn ở Pháp, đều là những thầy phù thuỷ đã bán mình cho Satan.

Đa số những người đó dường như chỉ nghĩ tới việc làm một cái nghề đem lại tiền bạc để sinh sống, mà không hề nghĩ rằng nghề đó là vô luân hay có tính cách ma quỷ gì cả. Nhưng không phải vì thế mà chúng ta không có quyền nghĩ rằng ma quỷ đã tìm thấy những cái lợi cho nó ở những lệch lạc đó, và sự bói toán - dù dưới hình thức thời đại hay cổ xưa - chỉ là những "trò chơi Satan" giữa lòng nhân loại. Vì thế bói toán cũng là một trong những hình thức thời đại của ma thuật Satan, song song và khác biệt với tôn giáo Satan.

III. Bình luận về các sách/truyện phù thủy, sách bói toán:

Lời bàn: Đoạn này bình luận chung về các sách/truyện/tiểu thuyết/ hướng dẫn ... liên quan phù thủy, và tất nhiên bao gồm cả sách Tarot.

Trích dẫn:

Ngoài tôn giáo Satan và ma thuật Satan, còn có những "trò chơi Satan".

Trong một bài giảng nảy lửa vẫn còn nổi tiếng đến ngày nay, Đức Cha Pierre Chrysologue, một hôm, nói với giáo dân trong giáo phận Ravenne của ngài: "Ai chơi với ma quỷ thì không thể thống trị với Chúa Kitô!".

Ngài nói với các Kitô hữu, mà việc "chơi với ma quỷ", tức những cảnh vô luân trong những đấu trường, đôi khi cũng cám dỗ họ.

Ngày nay cũng như thế kỷ thứ 5, người Kitô hữu nên biết rằng: nếu không muốn chuốc lấy tình trạng "không được thống trị với Chúa Kitô", thì không nên chơi đùa với ma quỷ.

Nhưng ngày nay, việc chơi đùa với ma quỷ chắc chắn không còn là những trò chơi mà Pierre Chrysologue tố giác nữa. Hoặc nếu ngày nay vẫn còn những trò chơi đó, thì chúng sẽ mang những hình thức hết sức mới mẻ.

Chúng tôi đã nói tới phim ảnh, nên chúng tôi không nói lại nữa. Chúng tôi sẽ không nói nhiều về việc quá đông người đang lạm dụng tiểu thuyết, mà một số lớn người thời đại rất ưa chuộng. Khả năng hấp dẫn của tiểu thuyết dường như trực tiếp do việc trình bày những điều tục tĩu.

Tiểu thuyết được viết ra như thế, và bằng những hiện thực độc hại và đồi truy, nó đang chiến thắng như thế trước mắt chúng ta: sự việc đó rất thường mang tính chất tội lỗi, ma quỷ. Chắc chắn người Kitô hữu không nên đọc những thứ sách đó. Điều này gợi cho chúng ta những lời tiên tri của thánh Phaolô viết cho đồ đệ của ngài là Timôthê:

"Sẽ có thời người ta không chịu nghe đạo lý chân chính nữa, trái lại họ sẽ nghe theo những bọn người khéo nói làm cho họ vui tai và thoả mãn tư dục, họ sẽ bịt tai không nghe chân lý mà xoay hướng về những chuyện hão huyền" (2Tm 4,3-4)

Ad fabulas convertentur! (họ sẽ xoay hướng về những chuyện hão huyền). Từ ngữ Latinh để chỉ về tiểu thuyết chính là từ ngữ fabulae đó, nghĩa là những chuyện hão huyền!

Thời nay có biết bao người chỉ tìm kiếm triết lý, cách hiểu cuộc đời của họ trong các tiểu thuyết họ đọc, là loại sách thường xuyên kích thích trí tưởng tượng và tình dục.

IV. Bình luận về ma thuật (giao ước quỷ):

Lời bàn: đoạn này rất dài gồm các giải thích về rất nhiều vấn đề liên quan ma thuật nói chung : giao ước, sự tuân phục ...

Trích dẫn:

Song song với tôn giáo Satan mà chúng tôi vừa đề cập, người ta thường cho rằng cũng có ma thuật Satan nữa. Nói cho đúng, không thiếu các nhà chuyên môn nghiên cứu về lịch sử các tôn giáo và các nghi thức phụng tự, đã nghĩ và dạy rằng: ma thuật thậm chí có trước tôn giáo, và tất cả các tôn giáo dân ngoại đều biến thể từ ma thuật. Nhưng ý kiến này càng ngày càng ít người chấp nhận, và nó cũng đáng bị như thế. Khó mà chắc chắn được con người đã bắt đầu bằng ma thuật để rồi chuyển sang tôn giáo đúng nghĩa.

Vậy, ma thuật đối nghịch với tôn giáo là gì?

Trong tôn giáo, con người nghiêng mình trước một quyền lực cao hơn, họ thờ lạy, cầu khẩn, đồng thời nhìn nhận sự yếu đuối bất lực của mình. Họ chấp nhận sự lệ thuộc của họ. Những dân tộc "sơ khai" nhất hiện nay, nghĩa là những dân tộc kém tiến hoá nhất, theo chúng tôi nghĩ, vẫn còn rất gần với nguồn gốc xa xưa, như dân tộc Pygmés chẳng hạn, nơi những dân tộc này, thái độ đó vẫn còn hiện hành. Nơi họ, tôn giáo thậm chí vẫn còn thuần tuý hơn nơi những dân tộc tiến hoá hơn.

Trong ma thuật, con người khoe khoang về một quyền lực mầu nhiệm nào đó. Không những không nghiêng mình trước thần linh, con người còn tin rằng họ có thể điều khiển được cả thần linh. Họ phát minh ra những công thức và sử dụng chúng. Họ cho rằng nhờ những công thức đó họ có thể điều khiển được những sức mạnh thượng đẳng để chúng phục vụ họ. Não trạng của nhà ma thuật - hay của nhà phù thuỷ, tức anh em sinh đôi với nhà ma thuật nhưng độc ác hơn - rất khác với não trạng của con người tôn giáo. Một người bình thường làm sao có thể đi tới một não trạng như thế?

Đối với chúng tôi, đó là một điều khó hiểu. So với việc thờ thần tượng, thì ma thuật có tính Satan cao độ hơn rất nhiều. Khi thờ thần tượng, con người ít nhiều gì cũng có một tâm hồn thành thật. Người ta sai lầm trong bản chất của đối tượng tôn sùng, chứ không sai lầm trong việc họ lệ thuộc và cầu khẩn với đối tượng đó, vốn là điều tất yếu phải có. Người ta không dành sự tôn kính của họ cho Thiên Chúa đích thực, nhưng họ không sai lầm khi nghĩ rằng sự kính trọng của họ phải danh riêng cho một Đấng nào đó!

Trong ma thuật có sự phạm thánh, có sự kiêu ngạo, hãnh diện về một quyền lực đích thực đầy tính ma quỷ. Tên thầy bùa ra lệnh cho thần linh, nhưng hắn biết rằng các thần linh sẽ có lúc bắt hắn phải trả một giá rất đắt về sự thần phục tạm thời của họ. Dẫu sao, hắn vẫn hãnh diện vì ép buộc được họ, bắt họ phải tuân lệnh hắn ít nhất trong một thời gian nào đó. Hắn hãnh diện vì có được một quyền lực khiến cho anh em đồng loại của mình phải khiếp sợ, phải dành cho hắn nhiều lợi thế trước mắt, trong khi chờ đợi luật công bình tự nhiên trở lại giải quyết.

Chắc chắn ma thuật cũng như việc thờ cúng thần tượng phát sinh từ chính chủ nghĩa hiện thực đó. Người ta đã thờ phượng những thần linh kém hơn, nghĩa là những thần giả tạo, thay vì thờ phượng chính Thiên Chúa chân thật đã được những người "sơ khai" nhìn nhận, vì những thần linh ấy gần với chúng ta hơn, kêu cầu và hoà giải với họ có lợi ích hơn. Nhưng có một số người đã đẩy cái chủ nghĩa hiện thực này đi xa hơn nữa, họ đã chuyển từ tôn giáo sang ma thuật, từ sự tuân phục sang một thứ giao ước ngầm, cho họ quyền ra lệnh cho chính thần linh. Việc chuyển từ tôn giáo sang ma thuật là một sự biến dạng, nhưng dẫu sao nó vẫn còn tự nhiên hơn là việc chuyển từ ma thuật sang tôn giáo.

Nếu con người đã bắt đầu dùng ma thuật, ta sẽ không thể hiểu được làm sao họ lại thụt lùi - có thể nói như thế - về phía tôn giáo. Làm sao họ có thể kêu cầu những đại diện của những sức mạnh mà họ tưởng rằng đang nằm trong quyền sử dụng của họ?

Tôn giáo Satan mà chúng tôi đã định nghĩa, đang biến mất một cách nhanh chóng. Trên thế giới, những bàn thờ cúng các thần linh giả tạo càng ngày càng ít đi. Điều đó không có nghĩa là sự thống trị của Satan trên thế giới bị giảm sút, vì nó đang thực sự hoạt động tích cực trong những đế quốc rộng lớn, như chúng tôi đã chứng tỏ điều đó. Nó đã thay đổi chiến thuật. Nó phải thích ứng với sự tiến hoá chung của nhân loại, một nhân loại mà nó chưa làm chủ được một cách tuyệt đối, dẫu nó đang đóng một vai trò hết sức quan trọng.

Ngoài những tay đại pháp sư quỷ quái mà chúng ta vừa kể tên, và những người mà chúng ta có thể nghi ngờ là hành động trong mặt bí mật của xã hội ngày nay, còn có những tay phù thuỷ ở những vùng thôn quê, chúng ta không thể xác định được bao nhiêu người, nhưng có lẽ nhiều hơn người ta tưởng. Sách gối đầu giường của họ là những cuốn [... trích lược bị bỏ, mình không muốn thành người truyền bá sách cấm ...]. Điều lạ lùng là hai cuốn sách huyền bí trước mang tên của vị thánh nổi tiếng là thánh Tiến sĩ Albert Cả, là người mà người ta cho rằng biết tất cả những bí mật của vũ trụ vạn vật. Đem những công thức ma thuật kinh tởm ấy đặt dưới sự bảo trợ của một vị thánh rất được tôn sùng là một mưu mô quỷ quyệt đúng là của ma quỷ. Nhưng chúng tôi cũng biết ít nhất có một tay phù thuỷ thời nay - mà chúng tôi đã nói tới - lạm dụng những hình ảnh đạo đức để hành động nghề lừa bịp đám đông hầu thủ lợi.

Thật là ngạc nhiên khi biết rằng: trong những chương trước nói về những nghi thức trừ quỷ mới đây, chúng ta gặp những trường hợp vì đọc những câu thần chú ma thuật mà rồi bị quỷ nhập. Nếu chúng ta tin vào lời của những con quỷ bị những linh mục trừ quỷ bắt buộc phải nói, thì chính những tay phù thuỷ này đã ra lệnh cho chúng phải nhập vào những người này hay người kia. Và bằng cách làm đi làm lại một số phù phép, chính những tay phù thuỷ ấy đã ngăn cản không cho những con quỷ đó vâng theo những mệnh lệnh trong những lời trừ quỷ, hoặc bắt buộc chúng phải trở lại với những người đã được giải phóng một thời gian nhờ những lời kinh ở trong sách Các phép.

Tất cả những chuyện đó quả thật vẫn còn rất mù mờ đối với chúng ta. Nhưng những vị trừ quỷ giỏi nhất biết rất rõ về điểm này.

Đôi khi chính các toà án cũng lưu tâm một cách không chính thức về những hành vi mê tín này, như trong trường hợp của một phụ nữ kia vừa mới giết chồng chị, vì chị ta tưởng chồng mình bị thư ếm hoặc chính chàng đi thư ếm người khác!

Nhưng công lý của loài người rõ ràng là không có khả năng xét xử những âm mưu giết người loại ấy, vì những âm mưu thuộc loại này thường thoát khỏi những lời chứng của con người, và không thể nào đem ra ánh sáng pháp luật được.

Chắc chắn rằng có những người đàn ông, cũng có thể có cả đàn bà nữa, làm theo những lời chỉ bảo kỳ quái trong các sách ma thuật, là tưởng tượng rằng họ liên lạc với Satan, giao ước với nó, nên nhờ đó đạt được những quyền năng lạ thường, và nhờ những quyền năng này họ làm được một nghề đem lại nhiều tiền bạc. Ma thuật góp phần vào khía cạnh đen tối của đời sống con người. Theo cách dùng từ của thánh Gioan, bóng tối luôn luôn đối lập với ánh sáng. Ma thuật cư ngụ trong bóng tối. Nó ẩn mình tránh tất cả mọi ánh mắt dòm ngó, nó biết rằng nó tạo ra một sự ghê tởm không sao xoá bỏ được nơi tất cả mọi người bình thường. Nhưng nó rất kiêu ngạo và hãnh diện về những gì nó tưởng rằng nó biết, nhất là về những gì nó tưởng rằng nó làm được.

Hình thức mới đây nhất của chủ nghĩa Satan chính là chủ nghĩa vô thần dưới mọi hình thức. Chủ nghĩa là có tính Satan, vì nó chối bỏ Thiên Chúa và ma quỷ, chối bỏ linh hồn, chỉ biết có vật chất và cuộc sống hiện tại. Vì nó cắt bỏ phần bất tử của con người, nên nó đã làm cho con người, và ngay cả tình yêu của những con quỷ đồng bọn với nó. Vì nó chính là sự thù hận. Chiến thắng của nó chính là reo rắc hận thù, truyền bá hận thù. Chủ nghĩa Satan ngày nay chủ trương khơi dậy lòng hận thù giữa các giai cấp, giữa các chủng tộc, giữa các dân tộc, gieo hận thù khắp nơi với chiêu bài lo lắng cho dân nghèo, cho giai cấp bị bóc lột. Thế là tôn giáo Satan lại được phổ biến ra rộng rãi hơn dưới một hình thức mới, hoạt động hơn, bất lương hơn rất nhiều so với bất cứ thời đại nào. Những dối trá của chủ nghĩa này có tầm rộng rãi hơn, những gì nó chối bỏ có tính cách triệt để hơn, và những gì nó khích động mang tính giết người nhiều hơn bất cứ thời nào từ trước tới nay.

Tất cả mọi người đều nhìn thấy chủ nghĩa đó đúng là một tôn giáo, vì nó huy động được tất cả sức mạnh của lòng nhiệt thành, của sự tận tâm, của tinh thần hy sinh nơi tâm hồn những người gắn bó với nó, không khác gì những điều người ta gặp trong các cao trào tôn giáo khác.

Nhưng tôn giáo này chỉ có thể gọi là tôn giáo của Satan, vì

nó chống lại niềm tin vào Thiên Chúa một cách triệt để và căm thù.

Tuy nhiên, tôn giáo Satan vẫn còn tồn tại trong hình thức thờ cúng thần tượng nơi những dân tộc vẫn còn mải mê với chủ nghĩa thần vật cổ xưa (animisme antique), là những dân tộc dường như sẵn sàng mở rộng vòng tay đón nhận sự xâm nhập của chủ nghĩa vô thần một cách tự nhiên, mà không hề biết một chút gì về nguồn gốc của nó.

Từ ngữ chủ nghĩa Satan (Satanisme) có nhiều nghĩa. Trước hết, ta có thể coi Satan như chủ hay thủ lãnh của thế gian này. Đó là danh hiệu mà Chúa Giêsu đã dùng tới 3 lần trong Tin Mừng để nói về Satan. Và chúng tôi cũng vừa mới trình bày về quan điểm này. Satan hiện diện trong vũ trụ chúng ta đang sống tới mức độ nào? Chúng tôi đã nói: mức độ đó thay đổi tuỳ từng quốc gia, chủng tộc, văn minh, chế độ chính trị. Chủ nghĩa Satan còn có nghĩa là sống theo đường lối Satan bằng một đời sống tội lỗi. Chúng tôi đã nhắc lại lời của Đức Grêgôriô Cả rằng trong suốt thời gian một người tùng phục tội lỗi, thì người đó là một chi thể trong "thân thể mầu nhiệm của Satan".

Công việc của chúng ta không phải là tìm xem số người sống trong "tình trạng ân sủng" là bao nhiêu, nghĩa là những người, hiện lúc này, không sống dưới quyền lực Satan. Nhưng chúng ta có quyền giả thiết rằng số người đó nhiều hơn là người ta tưởng, nhất là nếu cho rằng những kẻ tội lỗi thường chỉ là những người đã bước tới một bước lầm lỡ, hay đã bị sa ngã nhưng họ không muốn vì thế mà ở lại trong quyền lực Satan.

Cuối cùng, từ ngữ chủ nghĩa Satan còn có nghĩa là sự thờ phượng Satan, không phải bằng một tội đã phạm trong một cơ hội nào đó, rồi về sau hối hận và chừa cải ngay, mà bằng một gắn bó rõ ràng và tự nguyện với Satan.

Chúng ta cần phân biệt hai hình thức khác nhau của chủ nghĩa Satan. Trước hết là thứ Satan chủ nghĩa của những người tuy không tin có Satan cũng như không tin có Thiên Chúa, nhưng toàn bộ đời sống của họ lại phù hợp với những nguyên tắc và sự hướng dẫn của Satan.

Đối với hình thức đầu tiên của chủ nghĩa Satan này, câu nói mà chúng tôi thường lập lại và đã từng giải thích thật là chí lý: "Mưu mô quỷ quyệt nhất của Satan là làm cho người ta tin rằng không có ma quỷ gì cả!". Về đề tài này, Papini vào năm 1921 đã trích dẫn lời của triết gia Alain:

"Ma quỷ phải chịu cùng một số phận với tất cả mọi thứ ảo ảnh... Theo như tôi thấy, ngay cả chiến tranh cũng không làm cho ma quỷ và các quyền năng của nó sống lại" (Alain, Propos sur la Religion, Paris, Rieder, 1937, p.64).

Nhưng chúng ta không dừng lại ở hình thức đầu của chủ nghĩa Satan. Hình thức này thuần tuý tiêu cực. Vả lại, người ta cũng gặp thấy hình thức này ngay cả nơi những Kitô hữu ưu tú, dẫu họ không có một chút ý hướng xấu nào, và họ cũng không biết họ đang sống ngược với tính chính thống và với Tin Mừng.

Điều chúng ta phải tìm hiểu, quan trọng nhất là những hình thức tích cực của chủ nghĩa Satan. Chúng tôi nói những hình thức tích cực (ở số nhiều), vì qua các thế kỷ, và cho tới thời đại chúng ta, dường như ít nhất có hai hình thức chủ nghĩa Satan tích cực: tôn giáo Satan (Satanisme-religion) và ma thuật Satan (Satanisme-magie).

Ngay khi nghĩ về vấn đề này, người ta không thể không ngạc nhiên khi thấy lịch sử của chủ nghĩa Satan thực sự hoà lẫn với lịch sử các tôn giáo!

Kết luận như thế quả là bao quát quá, cần phải giải thích rõ ràng hơn.

Hiện nay lịch sử các tôn giáo được nghiên cứu rất sâu xa, thường không đề cập nhiều đến Satan. Ma quỷ chỉ chiếm một vị thế giới hạn. Nhà viết sử các tôn giáo thường chú tâm trình bày những niềm tin tôn giáo của các dân tộc một cách khách quan, nêu danh các vị thần, đưa ra những thuộc tính của mỗi vị thần được nhóm người này hay nhóm người kia thờ phượng. Họ trình bày những nghi thức mà người ta dùng để biểu lộ lòng tôn kính đối với các thần linh. Trên nguyên tắc họ không đả động tới việc phán đoán về giá trị. Họ không làm triết lý, không đi sâu vào siêu hình học, và càng không đặt vấn đề theo kiểu thần học Kitô giáo.

Nhưng bàn về chủ đề này chúng ta có thể tránh kiểu đặt vấn đề của thần học được không? Khi nói về Satan và sự hiện diện của nó trong thế gian, chúng ta có cần phải đặt mình trong quan điểm Kitô giáo, là quan điểm duy nhất đặt Satan vào đúng chỗ của nó trong bảng tổng quát về các hữu thể không?

Tin Mừng đã nói gì? Các Giáo Phụ đã nói gì? Thần học Kitô giáo đã nói gì về các tôn giáo của dân ngoại?

Tin Mừng đã gán cho Satan một danh hiệu khó hiểu - đáng lẽ chúng ta không nên nhấn mạnh quá về điểm này - nhưng tất nhiên là đúng vì đích thân Đức Kitô đã cho nó danh hiệu đó: Thủ lãnh của thế gian! Một danh hiệu như thế làm sao lại có thể dành cho Satan được, nếu những thần linh ngoại giáo không phải thuần tuý và đơn giản là ma quỷ?

Các Giáo Phụ trong Giáo Hội cũng nhất trí hiểu vấn đề như thế. Về điểm này đối với các ngài, không còn gì phải nghi ngờ nữa. Các thần linh ngoại giáo đều là ma quỷ cả. Những lời sấm lưu hành trong dân ngoại, như của Dodone hay của Delphes, và những sấm ngôn khác ít nổi tiếng hơn đều là những lời sấm của ma quỷ, là những biểu hiện của chủ nghĩa Satan.

Thần học Kitô giáo đương nhiên thừa hưởng quan điểm đó. Những mô tả về các tôn giáo dân ngoại ngày xưa cũng như thời nay của lịch sử, đối với chúng ta, không phải là một trò chơi trí tuệ, một thứ hiếu kỳ về văn học, mà là một nhận xét đáng sợ về sự thống trị của Satan trên con người.

Làm sao Satan và bè lũ của nó lại được con người tôn thờ và cầu xin? Dường như người ta khó nhận thấy mình làm điều đó, vì người ta ngả theo Satan một cách vô thức, hay vì một thứ chủ nghĩa hiện thực sơ đẳng nào đó. Nói chung, các nhà viết sử về các tôn giáo, đều nhìn nhận có một Thiên Chúa tối cao, tối thượng, toàn năng và toàn thiện, nhưng chính những tôn giáo này lại rất thường xếp Thiên Chúa ấy vào một xó, và dành sự tôn kính của họ cho cả một thế giới thần linh thấp kém hơn, hoặc tốt hoặc xấu. Người ta cũng biết những thần linh này phải tuỳ thuộc vào vị Thiên Chúa tối thượng ấy, nhưng họ cho rằng những thần linh này gần gũi với họ hơn, chia sẻ thân phận với họ nhiều hơn, do đó cầu khẩn hay nài xin dễ có lợi ích hơn.

Cuối cùng, một số lớn các tôn giáo dân ngoại tin rằng có những lực lượng hay sức mạnh có hại cần phải được hoà giải bằng những nghi thức cúng tế.

"Chủ nghĩa hiện thực" sơ đẳng này, nói nôm na là: việc nào cần thì làm trước, dường như bắt nguồn từ những huyền thoại ngoại giáo, những nghi thức ngoại giáo, và những pha trộn sau này trong những chủ nghĩa hoà đồng thực dụng, mà đền Panthéon là một thí dụ điển hình.

Chắc chắn không thể nghi ngờ là dưới mắt của những người theo đạo Do Thái, và còn hơn thế nữa, của những người theo Kitô giáo, tất cả các thần linh ngoại giáo chỉ có thể là ma quỷ. Vì thế, luôn luôn có những cuộc chiến đấu anh hùng, đối với người Do Thái thì đặc biệt vào thời Macabê, còn đối với người Kitô giáo thì là suốt thời kỳ bắt hại đẫm máu. Vì thế, người Kitô hữu luôn luôn cảm thấy một sự kinh tởm về mặt tôn giáo khi phải đối diện với việc thờ lạy "tượng thần" - như họ vẫn nói - tức là những hình tượng phù phiếm trong việc thờ cúng ma quỷ của dân ngoại.

Theo quan điểm mà chúng ta thừa hưởng từ xa xưa, nếu ta để qua một cái tôn giáo duy nhất chân thực, tôn giáo của các tổ phụ, của Môisê, và của Kitô giáo, thì rõ ràng là lịch sử các tôn giáo không gì khác hơn lịch sử của chủ nghĩa Satan. Danh hiệu "Thủ lãnh của thế gian" mà Chúa Kitô dùng để chỉ Satan chỉ có thể được hiểu theo nghĩa đó.

Khi so sánh sự đơn nhất trong việc thờ phượng Thiên Chúa: trước hết là Yavê rồi tới Ngôi Lời nhập thể, với sự đa tạp trong việc thờ cúng các thần giả hiệu, ta bó buộc phải nhìn nhận rằng: nếu Chúa Giêsu thực sự là vị Vua duy nhất, thì Ngài thật chí lý khi tuyên bố: "Nước Ta không thuộc về thế gian này!"

Và chúng ta cũng hiểu được tại sao nghi thức rửa tội Kitô giáo lại nhấn mạnh vào việc trừ quỷ, được cử hành nhiều lần trong nghi lễ. Người ta còn gặp lại việc trừ quỷ rất nhiều lần trong phụng vụ Công giáo. Khi một linh mục làm phép nước thánh, ngài đọc trên muối mà ngài sẽ pha vào trong nước đó những lời sau đây [... đoạn trích bị cắt ...]

Nếu những công thức đức tin trong Giáo Hội này được xác nhận sáng tỏ như thế, thì còn ai nghi ngờ gì nữa?

Nhưng người ta nói, đó chỉ là những câu nói, những gì còn sót lại của những tín ngưỡng cổ xưa, mà dưới con mắt của người thời đại chỉ là những mê tín! Chúng tôi xin trả lời ý kiến đó bằng những dữ kiện. Tất cả những trường hợp quỷ nhập mà chúng tôi đã thuật lại, tất cả những nhân chứng của các linh mục trừ quỷ, và của những người đã chứng kiến những can thiệp của ma quỷ, đều khẳng định điều đó: người ta không thể rảy nước thánh lên một người bị quỷ nhập mà không làm cho con quỷ đang cư ngụ nơi người ấy cảm thấy tác dụng của nước ấy đối với nó. Nó đã phải kêu lên: "Mi đốt ta! Mi đốt ta!". Vậy là nước thánh có hiệu lực tác động và tiêu huỷ những hành động bí mật của ma quỷ. Điều này đưa chúng ta tới một khía cạnh khác của chú nghĩa Satan.

Đức Cha Cristiani là người trực tiếp liên quan đến công việc trục quỷ, nên ghi chép và kiến thức đối với vấn đề này là không có gì bàn cãi. Tuy nhiên dường như tôi cảm nhận được sự cứng rắn của ông đối với những vấn đề xung quanh: bói toán, chủ nghĩa vô thần, sách truyện giải trí... Quan điểm của ông đối với bói toán có lẽ là quan điểm của nhóm cứng rắn trong giáo hội, hơn là quan điểm ôn hòa của tòa thánh hiện nay. Các bạn trong đạo nên cẩn trọng hơn đối với việc dùng Tarot nhất là khi Giáo Hoàng Biển Đức hiện nay theo quan điểm của tôi là một người khá cứng rắn trong vấn đề này.

« …Life is a journey that must be traveled no matter how bad the roads and accommodations.»

\- Oliver Goldsmith

VỀ TÁC GIẢ

Philippe Ngo, tiến sĩ, một người nghiên cứu tarot tại Pháp. Sáng lập viên của mật hội Ordo Tarocchi Mysticum. Thành viên của cộng đồng Tarot Huyền Bí. Tác giả một số cuốn chuyên luận về tarot như: Dự Đoán Thời Gian Trong Tarot, Ánh Trăng Ma Quái, Di Sản Thánh Thần…

www.ingramcontent.com/pod-product-compliance
Lightning Source LLC
LaVergne TN
LVHW101942220826
846093LV00006B/94

* 9 7 8 1 9 8 9 9 9 3 9 7 2 *